BM
KN

thơ **SKCB**

Hàng Thị xuất bản
2025

Copyright © 2025 Anh-Bao Truong DO
All Rights Reserved

Title: BMKN
Subtitle: thơ SKCB
Author: Anh-Bao Truong DO
First US Edition 2025
Edited and annotated by Tran, N.K.

ISBN-13: 978-1-949875-40-9
ISBN-10: 1-949875-40-7

Printed and bound in the United States of America

Published by
Hàng Thị
Henrico, Virginia, USA
www.hangthi.com

Cover designed by André Tran

Vào Đây Sẽ Gặp

Vài Nét Về Tác Giả..................................ix
Thay Lời Tựa..xi
Bến Sông Xưa..1
    Bóng Mây Kỷ Niệm...................................2
    Ảo Ảnh Tình Xa.....................................3
    Một Nửa Ơi...4
    Giờ Là Tri Kỷ Thôi Em..............................5
    Bóng Trăng Thu.....................................6
    Đổi Duyên Cầm Sắt..................................7
    Cõi Nhớ..8
    Đau..9
    Hồn Chao Thương Nhớ...............................10
    Nhớ Nha...11
    Gặp Lại...13
    Gặp Nhau Trên Face................................14
    Áo Tím Người Mơ...................................16
    Viết Thư Cho Cháu.................................17
    Mừng Sinh Nhật Em.................................18

Đêm..19
    Lần Đầu...20
    Đừng Xa Anh Đêm Nay...............................20
    Ngỡ Ngàng Tái Ngộ.................................20
    Anh Vẫn Không Quên................................20
    Lại Nhớ...21
    Phạt Anh..21
    Đừng Phạt Anh.....................................22
    Nhớ Nhớ Thương Thương.............................22
    Môi Hồng Chưa Nếm Mà Say..........................22

Vần Thơ Say	22
Tuổi Học Trò	23
Thuở Ấy	23
Giọt Mưa Thu	23
Mùa Đông Sớm	24
Cảm Hoài	24
Nửa Vòng Tay	25
Độc Ẩm	25
Tưởng Mình Đã Quên	26
Một Qua Không Trở Lại	26
Anh Biết Làm Sao	26
Lỗi Hẹn Online	27
Lục Chén	27
Một Mình Hát Nhạc Xưa	28
Đêm Nay I	28
Đêm Nay II	28
Đêm Nay III	28
Xa Cách	29
Anh Vẫn Chờ Mây	29
Hương Cà Phê	29
Không Hẹn Ngày Về	30
Xóa Tuổi Dại Khờ	30
Quá Tuổi	30
Sao Sáng Quanh Em	31
Thêm Một Mùa Đông	31
Kiếp Sau Em Nhé	32
Êm Đềm	32
Trăn Trở	32
Đông Lạnh	32
Vết Hằn Xưa	33
Vương Chút Tình Em	33
Tình Ai	34
Môi Em Thơm Ngọt Thơ Đường	34
Nhớ Về Em	34
Nếu	35
Dĩ Vãng Ơi	35
Nhớ	35

Cà Phê Anh Pha Cho Em	36
Gặp Lại	37
Khi Em	37
Ngày, Đêm	37
Em Nếm Café	38
Mùa Thương	38
Bước Lạc	38
Chim Trắng Mồ Côi	38
Em Cổ Tích I	39
Em Cổ Tích II	39
Anh Về Ru Em Ngủ	39
Nhớ Không Quên	39
Chờ Ai	40
Anh Vẫn Nhớ	40
Mai Vàng Tuyết Trắng	40
Đôi Mắt Người Xưa	40
Cầu Xưa	41
Gởi Về Xa	41
Thơ Ghép	42
Tự Hỏi	42
Một Mình	43
Đêm Huyền Thoại	43
Hơi Thở Ấm	43
Ngày Lễ Tình Yêu	43
Đêm Chiêm Bao	44
Ráng Chiều Hồng Như Má Em	44
Em Ngủ Anh Mơ	44
Nói Lời Kiếp Sau	44
Hát Ru Em	45
Em Ơi	45
Chiều Đông	45
Anh Ước	46
Tóc Mây	46
Nhớ	46
Nếu	46
Ngăn Cách	47
Tao Ngộ	48

Vết Lòng Đau	48
Buồn	48
Tình Sầu	48
Nhớ	49
Bến Vắng	49
Mộng Cũ	49
Vẫn Màu Hoa Tím Xưa	49
Nụ Cười Lượm Được	50
Trà Âm	50
Vấn Vương	50
Mong Chờ	51
Nhớ Nét Cười Xưa	51
Nhạc Sầu	52
Hoài Thương	52
Đừng Khuấy	52
Khát Khao	53
Đóa Hồng Tặng Em	53
Buông Màu Tím Được Không	53
Ngồi Mơ	53
Đẹp Duyên	54
Nhớ!	54
Hôn Ảnh	55
Giấc Mộng Thường	55
Chân Mây Quán Gió	55
Hẹn	56
Thu Viễn Xứ	56
Tài Chưa Đủ	56
Thu Xưa	57
Lệ Lòng	57
Đông Đến, Em Đâu	57
Cà Phê Sáng	58
Tặng Em	58
Bao Năm	59
Sương Đêm Gợi Nhớ	59
Gió Tuyết Bão Lòng	59
Xác Pháo Ngày Xưa	60
Hoa Tím Tình Trăng	60

- Gởi Em...60
- Biển Nhớ!...61
- Chiều Vạt Nắng...62
- Hoa Tím Đẹp Không Em................................62
- Buổi Sáng Uống Cà Phê...............................62
- Muốn..63
- Nhật Ký...63
- Thu Sang..63
- Ván Cờ Năm Ấy..64
- Tháng Mười..65
- Tưởng Lòng Đã Yên.....................................65
- Lá Rơi Bên Nhật Ký.....................................65
- Ngó Núi...66
- Lại Nhớ Nên Đau..66
- Đốt Lá..66
- Trăng Khuyết Tình Vơi.................................67
- Chiều...67
- Đan Thơ..68
- Đêm Không Em..68
- Đắp Mộ Cuộc Tình.......................................68
- Nghĩa Trang..69
- Chỉ Cần...69
- Tạm Biệt...69
- Lá Rụng..69
- Đêm Bơ Vơ...70
- Cảm Ơn Bạn Tặng Quà................................70

Chúng Mình To Nhỏ..........................71

- Phải Không?...72
- Trách Ai..72
- Thu..73
- Buồn Trong Kỷ Niệm....................................73
- Em Sợ Những Ngày Biệt Ly........................74
- Lối Nhớ..74
- Tình Ở Đâu..75
- Lối Cũ..75
- Tình Lỡ..76

Điểm Hẹn..77
Sáng Trưa Chiều Tối..78
Lại Nhớ...78
Hoa Tím Bằng Lăng..79
Chiều Nhớ..80
Sao Xưa Chẳng Nói..80
Hai Phương Trời Một Hoài Niệm..................................81
Cô Lữ Buồn..81
Hoa Tím Bằng Lăng II...82
Ấm Trà...83
Tro Bay Thành Truyện Ngày Xưa.................................84
Mơ..85
Nét Môi Cười..85
Mây..86
Đêm Say..86
Trăng Ước..87
Túy Họa..87
Tửu Họa...87
Ánh Trăng Buồn..88
Đếm...89
Dù Đã Muốn Quên..89
Vào Mộng...90
Đọc Thơ Tình Cũ..90
Màu Tím Hoa Xưa..91
Anh Ru Em Ngủ..92

Cùng Bạn Nâng Ly............................93

Tìm Ngỗng Gặp Ngan...94
Thu Tím..94
Một Ly, Hai Cặp Môi Tình..95
Đừng Khai..95
Đúng Là Gió Độc..96
Tự Cao Thay Gió Độc...96
Áo Với Quần...97
Đang Mơ, Vợ Gọi..97
Yêu Nàng Hơn Tổ Quốc..97
Chuyên Nghiệp...98

Rảnh Quá..98
Đàn..98
Chat...99
Bói Đầu Năm...99
Đợi Bạn..99
Đánh Cờ Online..100
Chụp Ảnh Bên Sông...100
Say... Thơ...101
Chỉ Cần...102
Mình Ta Ôm Đống Tuyết..103
Hoa Đào Năm Ngoái...103
Mây Tím Xa Rồi..103
Hạ Huyệt Tiễn Quán...104
Số Tôi Sao Khổ Quá...104
Màu Tím Hoa Xưa...104
Nhớ Lý Con Còng...105
Ảnh Đầy Tháng của Lý Con Còng................................105
Tình Còng...105
Xin Miễn Điếu Môi Hôn...106
Tâm Trạng...106
Hôm Nay Trời Nhẹ Lên Cao...106
Khó Hiểu..107
Đổi Nick Làm Chi?..107
Nghe Chủ Tiệm Than Thở..107
Trời Lạnh Đổ Mồ Hôi..108
Một Con Ngựa Đau Cả Tàu Thêm Cỏ..........................108
Chuyện Nghề Nails...109
Nails Ế..110

Bếp Nhà..111
Cuộc Sống Mỹ..112
Rau Càng Cua Bóp Gỏi..112
Lẩu Mắm...113
Mừng Con Tròn Tuổi 22..115
Canh Khổ Qua Hầm..118
Sinh Nhật Con Thứ Hai, Tuổi 21..................................119
Trái Su Xào Thịt Bò 120

Vịt Nấu Chao...121
Cơm Chiên Xá Xíu...122
Hoành Thánh..123

Tri Âm..125

Tiếc Nuối..126
Bao Giờ Anh Trở Lại..126
Tương Ngộ...127
Chiều Tương Tư..128
Chiều Hoang...129
Hoa Tuyết...130
Cháo Huyết Lòng Gà...131
Sắc Xuân..131
Nhớ..132
Ký Ức...132
Sương Khói Chiều Buông..134

Tác Giả SKCB chân thành cảm tạ nhiều bạn thân đã hết lòng góp ý về thi ca trong suốt thời gian qua, và những bạn bè bốn phương, có tên dưới đây, từng làm thơ đối đáp với nhau, có thơ ghi lại trong tập này:

Phú Phạm, *Canada*
TTT, *Canada*
AMT, *Sweden*
Tâm Thanh, *USA*
MLT, *USA*
N.K., *USA*
DN, *VN*

Ngoài ra, có thể còn lẫn vài bài trùng ý, trùng từ, trùng tựa... với thơ bạn bè, do chép lại từ nhiều nguồn qua nhiều năm, không thể nhớ hết để chắt lọc cặn kẽ, SKCB xin nhận lỗi về các sơ sót này...

Vài Nét Về Tác Giả

SKCB tên thật là Đỗ Trương Anh-Bão, hiện ngụ tại Pittsburgh, Pennsylvania, Hoa Kỳ cùng với phu nhân và bốn người con, tất cả đều học thành danh đạt.

Là một doanh nhân giàu kinh nghiệm, chủ nhân một tiệm nails sáng giá với nhiều khách hàng gắn bó hàng chục năm, SKCB còn có thêm ít nhứt ba thú vui nhàn nhã, đậm chất quê nhà để giúp anh khuây khỏa tâm tư của người lãng tử hoài hương:

Một, là trồng trọt quanh vườn nhà các loại rau quả thuần túy miền sông nước Hậu Giang, hai, là đứng bếp chánh, tạo các bữa ăn độc đáo cho cả gia đình với những món ngon đặc vị Việt Nam, và ba, là sáng tác thơ ca về nhiều đề tài phong phú.

Một Chén Rượu Trăm Lối Sầu

Chén rượu ngày nào ta tiễn nhau
Môi hồng em nếm nụ hôn trao
Pha dòng lệ thắm đầy lưu luyến
Chưa nhắp mà hồn anh đã chao.
SKCB

Đêm muốn cùng Ta cạn chén sầu,
Ta cười Đêm: chả biết nông sâu!
Đêm cười Ta: chỉ ham lầm lạc!
Ngả ngớn... cà ly... chạm má nhau.
N.K.

Riêng tôi thì khác, đợi đêm buông
Cùng chén rượu cay tâm sự buồn
Hồn thả tìm về lại dĩ vãng
Của thời thơ để quý yêu hơn...
TTT

Chén sầu đối bóng suốt canh thâu
Bóng nhìn ta: mắt vương giọt sầu
Ta nhìn bóng: thiếu màu da thịt
Chạm môi rồi tê tái, tim đau.
ST

Lá theo gió lá đã xa bay
Cảnh nhuộm theo thu cũng úa gầy
Em bỏ theo người, tôi lẻ bạn
Rượu nồng có cạn cũng đâu say.
TTT

Thay Lời Tựa

    Khi bắt tay vào việc, vì nhiều lý do riêng, tôi đã có ý định gọi tập thơ là... BMKN. Lúc có người hỏi tại sao lại là BMKN, tôi chỉ có thể cười cười trả lời "Biết Mà Không Nói". Có người xen vào, nếu nói vậy, chẳng may tác giả "Bực Mình Khó Ngủ" rồi sao? Đành nhận rằng đó chỉ là "Bí Mật Khác Người" mà thôi. Bất ngờ, chính tác giả lại chấp nhận lối giải thích này, và giữ nguyên tên tập thơ, là... BMKN.

    Tập thơ có sáu chương, ba chương đầu thuộc dạng trữ tình. Chương một, Bến Sông Xưa, là các bài thơ tương đối dài, chương hai, Đêm, là các bài thơ ngắn, và chương ba, Chúng Mình To Nhỏ, gồm các bài thơ SKCB cùng các bạn gần xa đối đáp nhau trên mạng xã hội. Chương bốn, Cùng Bạn Nâng Ly, gồm các bài thơ có tính bông đùa nhẹ nhàng, chỉ để cười vui qua ly rượu, chung trà. Chương năm, Bếp Nhà, gồm các bài thơ thể hiện tài nấu nướng của tác giả. Cuối cùng, chương sáu, Tri Âm, là chương "khách", gồm những bài thơ các bạn thân đã viết tặng SKCB, nay trân trọng đưa vào đây, để ghi nhớ một thời bằng hữu trúc mai.

    Tôi muốn nhân đây nói lên lời cảm tạ SKCB đã cho tôi niềm vui được thực hiện tập thơ này - một công việc hết sức thú vị, được lục lạo từng ngõ ngách trong vùng trời ký ức của anh, với chút tài sức vụng về, chắp lại thành một chuỗi ngọc mà độc giả đang cầm trên tay.

Trong hơn 10 tháng trời làm việc với nhau qua điện thoại và tin nhắn, khi rộn ràng, khi thưa thớt, SKCB đã cùng tôi duyệt và sắp lại từng chữ, từng bài, để tâm huyết của SKCB được giữ toàn vẹn như suốt hai mươi năm qua, mà người đóng khung lộng kính như tôi không được phép làm hư hao, suy suyển.

Xúc cảm luôn trào dâng khi đọc phần lớn các bài thơ trong tập về nỗi nhớ quê nhà, về tuổi học trò, và về tấm chân tình của người xa xứ không hề quên mảnh đất một năm có hai mùa mưa nắng... Không thể nào dừng bút mà không ghi lại một chút tâm tư về vùng trời quê bạn, nơi không phải quê mình, nhưng khác nào làng xưa phố cũ của chính mình vậy:

> *Kỷ niệm mờ như một bóng mây*
> *Chiều buông sương khói phủ Trà Bay*
> *Bóng mây kỷ niệm nhòe sông Hậu*
> *Sương khói chiều buông... thôi, lại say...*

Từ Henrico đến Natrona Heights
từ vào thu 2024 đến cuối hè 2025
N.K.

Bến Sông Xưa

những bài thơ không ngắn

Anh còn luyến nhạc đêm say?
Còn mê thơ của những ngày bên nhau?
- Em đây còn tóc hương cau...
Về mau mà lụy, mà đau với tình!
N.K.

Bóng Mây Kỷ Niệm

cầu Thốt Nốt

Đêm nay muốn gọi tiếng yêu em,
Sợ nỗi đau êm chợt về tìm,
Sợ vết buồn xưa hiu hắt chạm,
Sợ tình lần nữa dạm hồn im.

Em ơi thơ vấn vương sầu nhớ,
Theo tháng ngày trôi ngỡ vẫn đầy,
Dẫu biết từng giờ vây kỷ niệm,
Tháng ngày vẫn đậm bóng hình ai.

Đôi khi muốn gởi về phương ấy
Những kỷ niệm xưa tuổi dại khờ,
Một chút tâm tình người viễn xứ,
Bấy lâu anh vẫn đang thầm mơ.

Anh đan ngôn ngữ tràn thương nhớ,
Gởi tặng em yêu những ngọt ngào.
Dù biết tình mình là ảo ảnh,
Đêm về em mãi ngự chiêm bao.

SKCB

Ảo Ảnh Tình Xa

21.02.2012

Ảo ảnh tình nào ai gởi ta,
Nay vỡ tan rồi giấc mơ hoa.
Thuyền tình em cập nơi bến lạ,
Nhớ nhung khắc khoải chẳng phôi pha.

Ảo ảnh tình nào vẫn còn đây,
Mình ta đơn lạnh giữa heo may.
Tình xưa đã dứt còn đâu nữa,
Để vết hằn kia đậm tháng ngày.

Ảo ảnh tình nào thôi cố quên,
Vần thơ cạn ý chữ buồn tênh.
Nỗi đau êm dịu chưa yên nghỉ,
Nên thân lãng tử lại lênh đênh.

Ảo ảnh tình nào quá cô đơn,
Bám víu hồn ta thoáng giận hờn.
Chiều nay chết lặng đồi sim tím,
Chôn mảnh tình sầu đau nào hơn.

Một Nửa Ơi

03.04.2012 - 30.03.2014

Thôi nhé từ đây biệt tri âm,
Vần thơ ta viết nỗi yêu thầm.
Từng trang nhật ký đong niềm nhớ,
Để lòng xoa dịu những lặng câm.

Thôi nhé từ nay mãi cách xa,
Mình ta rảo bước chốn phồn hoa,
Lang thang lạc lõng chiều nắng hạ,
Nhớ quá một thời ai với ta...

Thôi nhé chẳng còn ngắm sao đêm,
Thơ theo gió rụng rớt bên thềm,
Sương khuya thấm lạnh sờn vai áo,
Bạc ánh trăng thề dạ khuyết thêm...

Thôi nhé đêm này, một nửa ơi!
Cố nhân ta gọi vọng chân trời.
Trùng dương vùi dập... từng cơn sóng,
Bão lòng xé nát trái tim côi.

      Cảm đề của **AMT**
          Thôi nhé từ nay chẳng thấy nhau
          Uống cạn lời cay, nuốt lệ vào
          Xuân xanh mấy thuở, mòn theo nhớ
          Chếnh choáng chân trần bước thấp cao.

Giờ Là Tri Kỷ Thôi Em

26.09.2013

Hai thập niên trời xa cố nhân,
Ngỡ như đã xóa vết thương lòng,
Ngờ đâu nay gặp tình như đã,
Biết nói lời gì thỏa ước mong.

Nhớ thuở niên thiếu mới biết yêu,
Bên em anh dệt mộng bao chiều,
Tình đầu anh giữ trong thinh lặng,
Những buổi tan trường thật đáng yêu.

Nhớ lúc tan trường tuổi thiếu niên,
Anh đây thêu dệt một nỗi niềm,
Còn em líu lo như chim én,
Tình đầu thơ mộng mãi trong tim.

Nhớ những chiều nao tóc lọn bay,
Nắng hôn lên má em thơ ngây,
Hồn anh chiêm ngưỡng đầy xao xuyến,
Một chút hồn nhiên thật đắm say.

Lặng lẽ thời gian trôi thật nhanh,
Xa quê anh sống kiếp du hành,
Ngày em vui bước cùng hoa pháo,
Anh vỡ tan rồi giấc mộng xanh...

Bóng Trăng Thu

05.10.2013

Em ơi thu lá đổ vàng,
Bao lời tình tự miên man lại về.
Biết rằng duyên chẳng phu thê,
Nhưng trong tiếng gió lối về có em.

Chiều nay mưa nhẹ giăng giăng,
Anh ngồi ôn lại những lần hẹn nhau:
Dáng em e thẹn buổi đầu,
Thơ anh dệt mộng một câu chung tình.

Mong thời gian chẳng qua nhanh,
Lối về hai đứa từ gần hóa xa.
Ngắm em dáng mảnh lụa là,
Lòng anh cất tiếng hoan ca vào đời.

Từ ngày tình ái rẽ hai,
Anh vui nỗi nhớ đêm ngày cùng trăng.
Thu nay nguyệt khuyết nửa vầng,
Đề thơ với cảnh thi nhân nghẹn ngào.

thơ SKCB

Đổi Duyên Cầm Sắt...

22.10.2013

Bao năm ngó núi buồn xanh thẳm,
Nhìn bóng hoàng hôn đậm sắc thương.
Đêm ngày cách biệt sầu vương,
Dỗi mây trách gió tâm mường tượng đau.

Em ơi thuở ấy tình chưa trọn,
Nay lối thu về đón lá rơi,
Đêm đêm em gối tay người,
Bên đây trở giấc anh vời vợi thương.

Giữa biển người tìm em vô vọng,
Tháng năm dài ôm bóng người xưa.
Cách nhau đã bấy nhiêu mùa,
Sao nghe nỗi nhớ như vừa chạm vai.

Đến hôm nay chúng mình tao ngộ,
Anh và em duyên nợ chẳng tròn,
Đành thôi ghép mảnh tình đơn,
Gác dòng thi vị thuở còn thơ ngây.

Tựa là thơ **Nguyễn Du**, khi Kim Trọng và Thúy Kiều gặp lại nhau sau 15 năm cách biệt:
Đổi duyên cầm sắt ra duyên cầm kỳ
ý nói không có duyên làm bạn gối chăn thì nay làm bạn văn thơ.

Cõi Nhớ

26.10.2013

Cõi nhớ vô hình chợt lắt lay...
Em đi mang cả mộng trang đài,
Để người ở lại hồn hoang phế,
Ôm bóng tình côi đêm đắng cay.

Cõi nhớ... nào xưa của chúng mình,
Đường lên điểm hẹn chợt vô tình,
Cành thu rơi nhẹ vài bông tuyết,
Chạm mắt, hoen dòng lệ khiết trinh.

Cõi nhớ giờ đây hoa tuyết bay,
Thu đi đông đến chạnh lòng ai.
Một lần ly biệt là xa mãi,
Người đã xa rồi ta vẫn say.

Đau

30.10.2013

Người ta mượn rượu giải cơn sầu,
Ta mượn rượu tìm lại nỗi đau
Để thấy tình người như gió thoảng
Từ ngày hai đứa cách xa nhau.

Chén rượu ngày nào ta tiễn nhau,
Môi hồng em nếm nụ hôn trao
Pha dòng lệ thắm đầy lưu luyến,
Giờ mất nhau rồi, đau đớn sao...

Người ta mượn rượu giải cơn sầu,
Ta rượu cùng nhau an ủi nhau.
Rồi khướt say tình trong mộng mị,
Ta em xây lại mối duyên đầu.

Đêm nay ta uống bởi vì ai,
Uống để quên đi hết đọa đày,
Quên hết niềm đau trong quá khứ,
Say vùi, đắm giấc mộng liêu trai.

Nay ta mượn rượu giải cơn sầu,
Thấm vị cay nồng xóa nỗi đau,
Cứ ngỡ say men sầu sẽ hết,
Nào ngờ thương nhớ lại càng sâu...

Hồn Chao Thương Nhớ

02.11.2013

Lối nhỏ giờ đây lá đỏ vàng,
Trời xanh mây trắng đón thu sang,
Đan theo sợi nắng tình như khói,
Cái thuở ban đầu mộng chứa chan.

Thời gian từng bước nhẹ như ru,
Người đến rồi đi, chẳng giã từ.
Nỗi nhớ nhuộm thêm sầu bạc tóc,
Bao giờ xóa được vết tương tư?

Cứ nhớ ai bên nửa địa cầu,
Tàn đêm thơ thẩn mộng về đâu,
Gom lời thương nhớ trong thinh lặng,
Thêu dệt riêng ta giấc mộng sầu.

Ta đã lạc nhau góc bể đời,
Giờ trong tao ngộ mịt mù khơi,
Đừng xa nhau nữa nàng thơ hỡi,
Rót mãi hồn chao, thương nhớ ơi!

Nhớ Nha

19.11.2013

Em có biết trong từng ngôn ngữ
Anh nhớ hoài hai chữ "nhớ nha!"
Thương sao tà áo thướt tha,
Đường về như thể từ xa hóa gần.

Anh còn nhớ đêm rằm tháng Bảy,
Gặp lại nhau tim thấy rộn ràng,
Ngờ đâu định mệnh bẽ bàng,
Nỗi oan Thị Kính anh mang cả đời .

Nhật ký lại chắp rời từng mảnh:
Em kiêu sa dưới ánh tà huy,
Nữ sinh soi dáng xuân thì,
Anh say má đỏ thầm thì tiếng thương.

Rồi một hôm phố phường rợp pháo,
Hoa cưới hồng đỏ áo người thương,
Thuyền tình đã lỡ bến Tương,
Vô thường nỗi nhớ về vương vấn hồn.

Bao ngày ngó núi buồn thăm thẳm,
Nhìn hoàng hôn ảm đạm ven đồi...
- Đêm nay tay gối bên người,
Em say giấc mộng... anh vời vợi đau...

Thân lữ khách hành trang muôn dặm,
Mắt dõi tìm bóng dáng thân xưa.
Cách nhau đã mấy nhiêu mùa,
Nghe như nỗi nhớ mới vừa chạm vai.

Và hôm nay biển người tương ngộ,
Ta và em cách nửa địa cầu.
Thôi đành chôn mối tình sâu,
Khép trang ký ức khô màu mực loang...

Gặp Lại

16.01.2014

Em ơi thuở ấy nhiều hoài bão,
Mơ ước đầu đời đẹp lứa đôi.
Tay trắng anh ôm buồn dịu vợi,
Tình đầu anh mãi mộng xa vời.

Anh nhớ những ngày anh đón đưa,
Phút giây ngày đó đẹp như mơ,
Em xinh trong nắng soi má thắm,
Anh dệt vần thơ hẹn đợi chờ.

Ngày anh lặng lẽ xa quê hương,
Em cạnh người ta pháo đỏ đường.
Nơi xứ người... đêm anh trở giấc,
Làm sao giữ được bóng người thương.

Anh nhớ một ngày anh trở lại,
Em đẹp mặn mà dáng một con!
Đứng giữa phố phường quen thuộc cũ,
Anh đã trở thành kẻ cố nhân...

Gặp Nhau Trên Face

18.01.2014

Anh đang ôm một nỗi buồn không nói,
Khi biết em giờ đây đã bên người.
Trách đành sao, tình mình là vô tội,
Chữ hiếu đầu, nên em nhạt tình tôi.

Anh nhớ mãi một ngày loang nắng đổ,
Giấc mơ đầu tan theo tiếng pháo vang.
Mỗi đêm vắng khi bóng em về ngự,
Trang thơ tình anh thêm chữ cố nhân.

Nơi xứ người anh một kẻ tha hương

Biệt thư sinh bên góc đời chật hẹp,
Nơi xứ người anh một kẻ tha hương.
Sau những ngày khi màn đêm buông xuống,
Bóng người thương về chạm một nỗi buồn.

Nơi bến nhớ có lần anh trở lại,
Mắt dõi tìm bóng dáng của người xưa,
Nhưng giữa phố đôi chân chợt bước lạ,
Em bên người... Em giờ của người ta.

Nét bút nghiên anh viết đời nghiệt ngã,
Nhật ký buồn lắng đọng giọt châu rơi.
Sâu tìm thức một nỗi buồn chim sáo,
Em ở phương nào... Em của tôi ơi!

Nơi trang Face - ôi, một ngày đáng nhớ!
Giữa biển người ta gặp lại bóng ai,
Bài Tương Ngộ tình mình xưa chẳng nhạt,
Ta bên em thắm lại tình trúc mai...

Áo Tím Người Mơ

18.09.2014

Đêm nay nhật ký buồn trang trống,
Nhớ phố ngày xưa với nỗi sầu,
Tâm tưởng bay về nơi cố quận,
Đi tìm tình cũ lạc về đâu.

Đêm nay lạnh lẽo một mình ta,
Sương lạnh buốt lòng rát thịt da,
Kỷ niệm quay cuồng muôn vạn nẻo,
Tình mình như một ánh sao sa.

Đêm nay ta với mảnh tình đơn,
Nhớ bóng người xưa thoáng nét hờn,
Một nửa còn đây sầu lẻ bóng,
Phương trời cách biệt buồn nào hơn.

Đêm nay thức trắng nhớ thương ai,
Mơ nét người xưa đẹp dáng đài,
Áo tím em cười môi thắm quá,
Một đời xin giữ chẳng hề phai.

Viết Thư Cho Cháu

06.11.2014

Ngày xưa cháu viết thơ cho chú,
Mực tím giờ xem vẫn đậm màu.
Cháu đã bên người say mộng thắm,
Từng dòng chú đọc nhói cơn đau.

Giờ đây ngồi viết thư cho cháu,
Từng ngón tay run nét thẫn thờ,
Lồng ngực thắt đau vài tiếng thở,
Đêm ngày cách trở buồn bơ vơ.

Giờ đây chú viết thư cho cháu,
Bên tiếng vọng xưa thinh lặng buồn
Cháu đã bên người êm mộng thắm,
Chú đành thầm khẽ gọi người thương.

Gợi hứng từ **Thư Gửi Người Xa** của **N.K.** trong
Những Bài Thơ Tình Viết Trong Ánh Nắng

Mừng Sinh Nhật Em

10.10.2014

Anh tặng em bài thơ chữ nhớ
Để làm quà sinh nhật đầu tiên.
Nụ cười yêu với duyên tình nhỏ,
Thay thế tim anh tỏ nỗi niềm.

Anh tặng em cành lan tím nhạt,
Màu hoa yêu lúc vạt chiều buông,
Hương thơm thoang thoảng tràn lưu luyến,
Bên mối duyên đầu mộng còn vương.

Anh tặng em vị thơm bánh ngọt,
Ngọn nến lung linh thắp nguyện cầu,
Bên câu ước hẹn về chung lối,
Nối trọn duyên thề vẹn trước sau.

Chúc mừng sinh nhật em và anh,
Hạnh phúc tương lai vạn sự lành,
Tình như sông biển ai nào sánh,
Bóng mây sương khói hữu duyên thành.

Đêm

những bài thơ ngắn

Nhớ thương hoài chuyện cũ,
Tâm sự với lòng thôi.
Chỉ đôi dòng, cũng đủ
Chạm khẽ bóng mây rồi...
N.K.

Lần Đầu

24.09.2013

Em trao anh chiều nao nghiêng bóng đổ
Vòng tay ngà lơi lả một mùa yêu
Em xóa tan bao đêm tối cô liêu
Cho giấc mộng no tròn say giấc điệp.

Đừng Xa Anh Đêm Nay

27.09.2013

Quanh ta tất cả dường chưa đủ
Bởi thiếu môi ngoan ngọt chát lời
Em đã cùng ta hòa nhịp thở
Đừng xa nữa nhé Nàng Thơ ơi.

Ngỡ Ngàng Tái Ngộ

01.10.2013

Anh bao năm xứ người xuôi ngược
Em bên chồng chốn cũ có vui?
Giờ tương ngộ nhìn nhau bạc tóc
Gọi nhau là tri kỷ... mà thôi!

Anh Vẫn Không Quên

10.10.2013

Ta đứng giữa hai đầu nỗi nhớ
Góp gom thêm mảnh vụn của đời
Thấm vai lạnh bao mùa thu đổ
Bóng hình người vẫn ngự trong tôi.

Lại Nhớ

10.10.2013

Ta ngồi dở lại bài thơ cũ
Ngắm cảnh hoàng hôn rụng xuống đồi
Đan theo sợi nhớ từng con chữ
Một nét môi cười nhớ quá thôi.

Phạt Anh

13.10.2013

"Phạt anh đó hồn thơ chưa đủ"
Trang sử tình ngôn ngữ đậm son,
Bắt anh hái nụ cười giòn,
Nếu mai rẽ lối mình còn có nhau.

Phạt thêm nữa, dù xa tình lỡ,
Vẫn hồn nhiên, áo trắng một thời,
Mong sao tạo hóa ơn đời,
Một lần xui khiến mình ngồi sát nhau.

(Đã được **TT** hiệu đính)

Đừng Phạt Anh...

16.01.2014

- Phạt anh đó nụ cười chưa gởi,
Làm em buồn dỗi nét môi cong!
- Em ơi nỗi nhớ bạn lòng,
Nỗi buồn chim sáo lệ rưng em à...

Nhớ Nhớ Thương Thương

14.10.2013

Uống giọt trăng đầy... nhớ cả đêm,
Nhớ vầng hoa tím thơm hương em,
Nhớ đôi mắt biếc xanh lòng biển,
Nhớ... để thương, rồi... lại nhớ thêm...

Môi Hồng Chưa Nếm Mà Say

14.10.2013

Nhớ dáng em yêu nét dịu hiền,
Môi thơm đỏ mọng áng chiều nghiêng,
Tiếng thương khe khẽ như mời gọi,
Chưa nếm sao say nụ hôn mềm.

Vần Thơ Say

16.10.2013

Ta về hóng lại vần thơ say,
Mực loang nhật ký bao tháng ngày.
Thuở nào hai đứa nhìn mây tím,
Môi em chưa ướm tình đã say.

Tuổi Học Trò

23.10.2013

Ta ngồi hóng lại vần thơ say,
Cái thuở hồn nhiên kỷ niệm đầy.
Nhật ký từng trang bao mộng ước,
Tóc cài hoa bướm từng lọn bay.

Thuở Ấy

22.10.2013

Thuở ấy nơi đây có một người
Ươm tình dấu ái gởi về tôi.
Đêm đông dông bão âm phong lạnh,
Tay siết vai gầy ấm nụ môi.

Giờ đêm trống vắng nhớ người xa,
Mưa nhẹ giăng lên phố nhạt nhòa.
Ghế gỗ nằm trơ buồn lắng đọng,
Gió trời buốt lạnh rát lòng ta.

Giọt Mưa Thu

24.10.2013

Thu về lá nhẹ êm rơi
Ta ngồi nhớ lại tiếng cười của em
Bên hiên mưa nhẹ hạt mềm
Hạt nào tan vỡ một niềm tương tư.

Mùa Đông Sớm

24.10.2013

Lối nhỏ thu về vắng bóng ai,
Thinh không xào xạc lá vàng bay.
Mênh mông nỗi nhớ trong chiều lạnh,
Đông đã đến rồi ai có hay?

Cảm Hoài

25.10.2013

Hôm nay ta bất chợt thương
Con đường năm tháng ta thường đi qua.
Thu đi đông đến giao hòa
Nàng thu khoe sắc mượt mà khắp nơi.
Thăng trầm một kiếp nổi trôi
Ta như chiếc lá sắp rời thế gian.

Nửa Vòng Tay

26.10.2013

Cơn lốc nhỏ cuốn mình trong thu muộn
Réo hồn ta những tiếng pháo vang đầy
Thân lữ khách giữa biển đời xuôi ngược
Vạt nắng gầy chẳng ấm nửa vòng tay.

Độc Ẩm

29.10.2013

Đêm hoang lạnh mình ta đối ẩm
Ánh nguyệt vàng nửa mảnh nhớ ai
Mây kia theo gió đã bay
Để ta ôm bóng hình hài mà đau.

Tưởng Mình Đã Quên

08.02.2014

*Có một chiều hoàng hôn rạng rỡ
Sợi nắng buồn ráng đỏ con tim
Và giấc mơ... ngỡ ngủ yên
Bỗng đâu trở giấc bên miền nhớ thương.*

Một Qua Không Trở Lại

31.10.2013

*Ta dạo mãi hai đầu nỗi nhớ
Tìm mông mênh hình bóng đong đưa
Nhưng định luật là không lặp lại
Bởi đôi mình như nắng và mưa.*

Anh Biết Làm Sao

04.11.2013

*Đêm nay nhớ lắm, bạn tình ơi,
Nhớ nét môi ngoan, nhớ nụ cười,
Nhớ mắt lung linh, xinh bóng nguyệt,
Nhớ rồi lại nhớ chẳng sao nguôi!*

Lỗi Hẹn Online

04.11.2013

Điểm hẹn hôm nay chẳng bóng người,
Mình ta một bóng đếm sao trời.
Trùng dương xa cách buồn vời vợi,
Bao đắng, cay, chua, ngọt - vị đời.
Ngỡ bóng hình xưa giờ đã nhạt,
Đâu ngờ vẫn đậm tuổi đôi mươi.
Gởi theo gió thoảng ngàn thương nhớ,
Chốn ấy đôi dòng lệ có vơi?

Một phiên bản khác...
Điểm hẹn hôm kia lỡ mất rồi
Nàng thơ ủ dột, héo, sầu rơi
Bỗng nghe hương gió từ đâu động
Lay nhẹ tim ta... rạng nét cười
Bên song thấp thoáng vì sao lạc
Gợi nhớ tình nào đã đổi ngôi
Ngỡ bóng hình xưa giờ đã nhạt
Ngờ đâu vẫn đậm ở trong tôi.

Lục Chén

05.11.2013

Ước thêm xị đế Gò Đen,
Nàng trăng hầu tửu cho mềm men say.
Nhả từng ngụm khói bay bay,
Nhuộm hồn thu chín đêm này thơ rơi.

Một Mình Hát Nhạc Xưa

06.11.2013

Lối nhỏ hôm nay ta với ta,
Nhạc lòng cất tiếng hát ngân nga,
Theo dòng nhạc nhẹ đầy lưu luyến,
Một thuở tình hờ mộng dưới hoa.

Đêm Nay I

21.11.2013

Chỉ mình ta với màn đêm,
Từng ly say khướt nhớ viền mi cong.
Nhớ ngày em nếm rượu hồng,
Tình chia lối rẽ còn mong chờ gì.

Đêm Nay II

12.11.2013

Đêm nay thơ vấn vương sầu nhớ...
Theo tháng ngày trôi tình vẫn đầy.
Trăng nhớ thương ai buồn nửa mảnh,
Anh vẫn chờ ai một bóng mây.

Đêm Nay III

12.11.2013

Đêm nay ngắm bóng trên tường,
Mình ta đối ẩm sầu vương quanh mình.
Uống cho cạn nỗi điêu linh,
Vùi chôn giấc mộng ba sinh một thời.

Xa Cách

13.11.2013

Người đó, ta đây, tình ở đâu?
Từ khi ta lỡ duyên ban đầu,
Từ em nhẹ gót về bên ấy,
Là những đêm buồn ta mãi đau.

Người đó, ta đây, tình ở đâu?
Để thơ đọng những giọt u sầu.
Bao lời nhung nhớ trong thinh lặng,
Chôn chặt đáy lòng muôn thuở đau.

Anh Vẫn Chờ Mây

13.01.2014

Bóng mây kỷ niệm ngày xưa ấy
Đã mấy mùa thương chẳng trở về,
Để kẻ đợi chờ sầu bạc tóc
Mong ngày tao ngộ vẹn phu thê.

Hương Cà Phê

19.11.2013

Cà phê sữa đậm đà hương vị,
Hương dạ lan ngào ngạt tỏa thơm...

Không Hẹn Ngày Về

09.11.2013

Ngày về không hẹn ai mà biết!
Nên gió hóng mây chẳng mãi về.
Giờ ngó người xưa rồi nuối tiếc,
Trăm năm tình lỡ một cơn mê.

Xóa Tuổi Dại Khờ

10.11.2013

Xóa sạch đi anh, tuổi dại khờ,
Xuân tình mới lớn, thuở vào mơ,
Đâu hay cạm bẫy giăng đầy ngõ,
Cho lối Thu về... xót bơ vơ.

Quá Tuổi

11.11.2013

Quanh ta tất cả còn chưa đủ:
Vắng một nàng thơ thắm nụ cười!
Nên thơ viết mãi hồn không đủ
Bởi tuổi hồn nhiên đã hết rồi...

Sao Sáng Quanh Em

11.11.2013

Em ơi tình ấy giờ mây khói,
Đừng nhớ làm chi ủ rũ sầu.
Em giữa ngân hà là bóng nguyệt,
Bên Em còn có vạn vì sao.

Thêm Một Mùa Đông

12.11.2013

Em ơi thuở ấy tình không trọn...
Nay đón bình minh nhẹ tuyết rơi,
Bên hiên giờ vắng nụ cười,
Lại mùa đông nữa nhớ người phương xa.

Kiếp Sau Em Nhé

12.11.2013

*Em đã khép rồi lối mộng mơ,
Duyên tình không trọn như bài thơ.
Đành thôi hẹn kiếp sau, mình gặp,
Hai đứa cùng nhau dệt mối tơ...*

Êm Đềm

26.11.2013

*Hoa xoài nở trắng bên triền đê,
Soi bóng người thương trên lối về.
Anh trải thơ tình lên sóng nước,
Đưa thuyền em cập bến phu thê.*

Trăn Trở

21.11.2013

*Thiếu nắng hồng sông Thương đứng lặng,
Ngắm nhìn mây rồi nhớ bâng khuâng,
Nhấp nhô sóng bạt trong chiều vắng,
Ôm mối duyên hờ dạ trở trăn.*

Đông Lạnh

21.11.2013

*Trước mặt ta đông đầy màu trắng,
Đã bao năm thấm lạnh vai gầy.
Biết tìm đâu nữa bàn tay ấm,
Khi bóng người xưa như áng mây.*

Vết Hằn Xưa

15.11.2013

Chỉ nào vá được vết tình đau?
Mộng ước bên nhau nay nhạt màu.
Anh ngồi ôm nỗi buồn chim sáo,
Để vết hằn xưa đậm nét sầu.

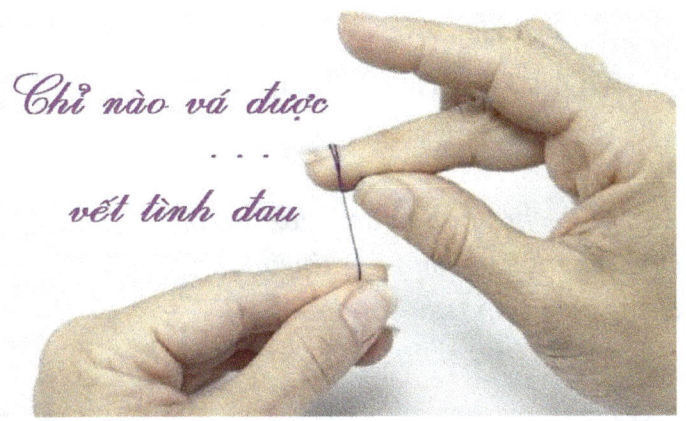

Vương Chút Tình Em

21.11.2013

Ta trải thơ lòng thương nhớ ơi...
Gởi về bên ấy chốn xa xôi,
Hôn lên suối tóc chiều em xõa,
Vương chút tình nào em đánh rơi.

Tình Ai

22.11.2013

Nụ yêu em nỡ gởi cho ai,
Sao anh giữ lại để rồi say?
Em bên người ấy cười tươi thắm,
Anh chết tình anh trọn kiếp này...

Môi Em Thơm Ngọt Thơ Đường

25.11.2013

Anh gom chút nắng vàng thương nhớ,
Đón gió mây về lộng nét thương.
Em thả nụ tình trên sóng nước,
Hương môi thơm ngọt cả thơ Đường!

Nhớ Về Em

10.12.2013

Nhớ tóc em thơm mùi trái kết,
Bao chiều thơm ngát cầu Trà Bay,
Nhớ đôi má đỏ môi xinh khẽ,
Chưa nếm sao tình anh mãi say...

Nếu...

03.12.2013

Nếu như ngày ấy đừng yêu,
Thì nay đâu có ôm nhiều đắng cay.
Giờ đây xa bóng hình hài,
Người thương ta gọi... đêm dài châu sa.

Dĩ Vãng Ơi

18.12.2013

Đừng buồn nhé dĩ vãng ơi,
Khuấy chi ta, đã nửa đời già nua?
Bóng hình ảo ảnh năm xưa,
Chập chờn ký ức gọi mùa nhớ thương.

Nhớ

31.01.2014

Hai mươi năm trời xa quê hương,
Mỗi khi xuân đến, lệ dường chợt sa.
Nhớ ngoại thương, nhớ nội già,
Giờ đây vĩnh viễn đã xa con rồi.

Cà Phê Anh Pha Cho Em

18.12.2013

Bình minh nắng sớm quê mình,
Cà phê sữa ngọt đậm tình anh xa.
Nếm đi em... môi ngọc ngà,
Để tim hai đứa từ xa hóa gần.

Đôi tim... một cặp rất xinh,
Em đừng khuấy nhé, kẻo tình vỡ đôi!
Nhẹ nhé em, nhấp chậm thôi,
Dịu dàng như lúc kề môi chúng mình...

Gặp Lại

14.01.2014

Từ đây Facebook dạo chơi,
Mình ngồi san sẻ chuyện đời bên nhau.

Khi Em...

14.01.2014

Khi nụ, em thật tuyệt vời,
Khi nở, em đẹp ngất người trong anh...

Ngày, Đêm...

14.01.2014

Tình nồng tự bấy lâu nay
Bởi yêu màu tím nhớ ngày trông đêm.

Em Nếm Café

14.01.2014

Thoang thoảng ngọc lan một chút hương,
Lung linh nến nhỏ bóng loang tường.
Môi ngoan hưởng vị cà phê ấm,
Nhớ dáng người dưng đậm nét thương.

Mùa Thương

15.01.2014

Đẹp lắm mùa thương lại quyện... về,
Đầu tuy trắng bạc vẫn say mê,
Hương tình đẫm nét trên trang ảo,
Vẫn ấm môi ngoan phút hẹn thề.

Bước Lạc

18.01.2014

Nơi bến nhớ có lần anh trở lại,
Mắt dõi tìm bóng dáng của người xưa.
Nhưng giữa phố đôi chân chợt bước lạc,
Em bên người... em giờ của người ta...

Chim Trắng Mồ Côi

19.01.2014

Em ơi chim trắng mồ côi,
Nỉ non câu hát từng lời quạnh hiu,
Như anh vẫn nhớ em nhiều,
Nhớ đôi má thắm những chiều mình thương.

Em Cổ Tích I

21.01.2014

Có phải em về từ cổ tích
Để anh mơ mộng chuyện thần tiên?
Một nàng công chúa đẹp kiều diễm
Ru mãi hồn anh mộng ảo huyền.

Em Cổ Tích II

19.05.2014

Tóc thề em phủ bờ vai nhỏ,
Mắt biếc lung linh nét dịu hiền.
Công chúa hiện về trong cổ tích,
Ru hồn ai lạc cõi thần tiên.

Anh Về Ru Em Ngủ

09.03.2014

Ước gì anh có phép tiên,
Bay về bên đó ngắm viền mi cong,
Nhìn em say đắm giấc nồng,
Nụ hôn phớt vội tình hồng anh trao.

Nhớ Không Quên

21.01.2014

Em ơi nỗi nhớ ngự trên vai,
Thăm thẳm bên anh suốt đêm ngày.
Dù biết tình mình là mưa nắng,
Bên anh chẳng nhạt bóng sương mai.

Chờ Ai

24.01.2014

Nàng Bóng Mây nhớ tới ai,
Sao chàng thi sĩ bên này ngẩn ngơ?
Tìm ngôn ngữ dệt tình thơ,
Rồi chờ tới sáng tinh mơ gặp người.

Anh Vẫn Nhớ

27.01.2014

Ngắm nhìn ánh mắt nàng thơ,
Gợi anh nhớ lại giấc mơ một thời
Dẫu nay xa cách phương trời,
Trong anh vẫn thắm nụ cười của em.

Mai Vàng Tuyết Trắng

21.01.2014

Em ơi trời sắp tháng Giêng,
Mai vàng đã nở khắp miền quê hương,
Bên anh tuyết đổ ngập đường,
Mơ bàn tay ấm người thương bên mình.

Đôi Mắt Người Xưa

31.01.2014

Em ơi đôi mắt ngày xưa ấy,
Vẫn ở bên anh suốt những ngày,
Hai mấy năm trời anh ngẫm lại,
Bóng hình em vẫn đậm men say.

Cầu Xưa

18.01.2014

Nhớ chiếc cầu quê hương Thốt Nốt,
Dòng thương ôm ấp sợi nắng mai.
Nhớ trưa hè vắng người trong mộng,
Những buổi trường tan nét áo dài.

Nhớ suối tóc em trong gió lay,
Hương thơm bát ngát cầu Trà Bay.
Nhớ môi em mọng màu son tím,
Chưa nếm mà sao anh đã say.

Gởi Về Xa

02.02.2014

Tặng em một đóa hoa xinh,
Mừng nhau ngày lễ nhân tình tròn đôi.
Dẫu nay cách biệt phương trời,
Bên anh vẫn mãi muôn đời bóng em.

Thơ Ghép...

05.02.2014

- Người xưa đâu chỉ bóng đêm
Giọt nào cay đắng giọt mềm tình ta.

- Em ơi hai chữ "nhớ nha"
Em trao từ nét môi ngà tròn trăng.

- Biết rồi! Anh mãi người dưng
Nhưng mà trong dạ anh từng yêu em.

- Đề thơ gởi ánh trăng đêm
Hôn lên má thắm môi mềm mi say.

- Ước gì anh hóa thành Mây
Bay về phương đó đêm này bên em.

- Nhốt sầu vào trong bóng đêm
Ru theo cõi nhớ êm đềm mộng hoa.

(Ghép lại từ những đôi 68 rời...)

Tự Hỏi

08.02.2014

Ta nhìn điếu thuốc dần tàn,
Những làn khói trắng nhẹ nhàng tỏa bay...
Nhếch môi ta hỏi ngày mai:
Bao đêm ta sẽ nhớ ai đêm này?

Một Mình

11.02.2014

Hôm nay nhìn nỗi buồn trôi,
Ta ngồi thơ thẩn nhớ người lặng câm,
Gọi sầu từ chốn xa xăm,
Tiếc câu tình tự trăm năm bạc đầu.

Đêm Huyền Thoại

11.02.2014

Anh sẽ mơ một đêm huyền thoại,
Hoa bằng lăng trải lối chân về,
Em duyên dáng áo bà ba tím,
Cùng bên anh ngắm cảnh đồng quê.

Hơi Thở Ấm

11.02.2014

Sưởi hồn anh bằng hơi thở tim em,
Như chăn ấm giữa mùa đông anh đắp.
Tình yêu ơi! nhẹ nhàng theo nhịp đập,
Phút thiên thần nồng thắm biết là bao.

Ngày Lễ Tình Yêu

14.02.2014

Đến rồi ngày lễ tình yêu,
Là ta đây lại buồn thiu một mình.
Phải chi đừng có lặng thinh,
Thì giờ ngày lễ nhân tình có đôi.

Đêm Chiêm Bao

20.02.2014

Đêm nay trong giấc ngủ say,
Đắm sâu núi mộng giọng ai nghẹn ngào .
Giựt mình trở giấc chiêm bao,
Con tim uất nghẹn lệ trào thơ rơi.

Ráng Chiều Hồng Như Má Em

20.02.2014

Mỗi chiều ngắm ánh tà huy,
Anh nhớ má đỏ thầm thì tiếng yêu.

Em Ngủ Anh Mơ

28.02.2014

Anh mơ một chút xa vời,
Ghép từng con chữ bên lời quạnh hiu.
Bóng mây giờ ngủ mất tiêu,
Để đêm anh biết nhớ nhiều ra sao.

Nói Lời Kiếp Sau

03.03.2014

Có nhiều lời ngày xưa chưa nói,
Để bây giờ ôm gối mà mơ.
Nhớ ai mình bỗng vu vơ,
Kiếp này không trọn thôi chờ kiếp sau.

Hát Ru Em

11.03 2014

Anh len vào mộng em say,
Ru em khúc hát từ bài thơ yêu.
À ơi... em ngủ giấc đều,
Nguyên Tiêu ướp mật thật nhiều... em ơi...

Em Ơi

11.03.2014

- Em ơiiii!
- Dạ ơiiii!
Ngọt ngào hai tiếng dạ ơiiii...
Từ môi xinh mọng của người anh yêu!

Chiều Đông

16.03.2014

Hôm nay buồn lắm cố nhân ơi!
Tuyết phủ trắng tinh một góc trời.
Gom chút nắng vàng hong nỗi nhớ,
Bên lời tình tự mộng buông lơi.

Anh Ước

17.03.2014

Biết giờ em mộng đắm say,
Cớ sao nỗi nhớ bên này tràn dâng?
Ước gì anh có phép thần,
Đêm nay anh sẽ ở gần bên em.

Tóc Mây

26.04.2014

Tóc mây em quấn vòng quanh...
Vô tình em buộc tình anh một đời.

Nhớ

19.05.2014

Ngắm em thả nụ cười vui,
Khoe đôi mắt biếc dáng người anh thương.
Nhớ xuân về, nhớ quê hương,
Để anh ngồi nhớ vấn vương mộng chờ.

Nếu

19.05.2014

Môi em cong nhẹ dỗi hờn,
Tim anh hoang lạnh vết son loang rồi.
Nếu mai thiếu vắng vành môi,
Thiếu câu nũng nịu, anh ngồi tương tư.

Ngăn Cách

18.03.2014

Chiều Tím không mây trôi lặng buồn,
Người Thương Kẻ Nhớ mộng còn vương,
Xót Xa kỷ niệm bao lời đắng,
Bên nỗi đau thầm lạc bến Tương.

Chim Trắng Mồ Côi ngóng bạn lòng,
Bên Cây Bả Đậu mỏi mòn trông,
Tây Đô ai có về qua đó,
Sương khói chiều buông ai nhớ không?

Chiều Tím (Sầu Tím Thiệp Hồng,), Người Thương Kẻ Nhớ, Xót Xa,
Chim Trắng Mồ Côi, Cây Bả Đậu, Chiều Tây Đô là tên các bài hát.

Tao Ngộ

03.03.2014

Tao ngộ một lần cùng Gió Mây...
Ngàn ly cụng mãi ngất ngây say.
Giờ đây cách biệt ngàn trùng nhớ,
Kỷ niệm đong đầy, tri kỷ hay?

Tặng Quán Gió và Mây Lang Thang

Vết Lòng Đau

18.03.2014

Đêm nay ai lặng tiếng cười,
Để ta thơ lạnh vắng người tri âm.
Bên hiên trăng khuyết nửa vầng,
Lẫn theo cánh gió vết lòng nhẹ đau.

Buồn

22.03.2014

Anh khan giọng gọi người trong niềm nhớ,
Vành môi khô run rẩy những giọt sầu.
Mình xa nhau hai lối bởi vì đâu,
Chưa chung bước rã rời câu lưu luyến.

Tình Sầu

22.03.2014

Thơ của anh giờ không còn hay nữa,
Vắng em rồi ngôn ngữ thật chơi vơi,
Theo tháng năm thấm chua ngọt vị đời,
Tình một thuở em ơi sầu trọn kiếp.

Nhớ

25.03.2014

Chiều nay trong nỗi nhớ nhà,
Ngắm mùa sen tím bên tà huy rơi,
Chạnh lòng thả chút à ơi,
Người đây kẻ đó lòng vời vợi thương.

Bến Vắng

25.03.2014

Bến vắng nơi này ngắm áng mây,
Buồn vương khói sóng phủ vai gầy.
Trùng dương cách trở buồn lây lất,
Biết đến bao giờ men trọn say.

Mộng Cũ

29.03.2014

Tóc mây em xõa thơm hương kết,
Mắt biếc anh mơ dệt trúc mai.
Nay nhìn phố cũ buồn sâu lắng,
Bên chiếc cầu xưa vắng dáng đài.

Vẫn Màu Hoa Tím Xưa

09.05.2014

Hoa Tím bằng lăng ấp ủ yêu,
Gởi người thương nhớ với bao điều.
Tình đầu xa cách, duyên mình lỡ,
Lụy, xót tim lòng cõi quạnh hiu.

Nụ Cười Lượm Được

11.04.2014

Anh đây lượm được nụ cười
Vô tình em đã đánh rơi một lần.
Chiều nay ngắm tím bằng lăng,
Tên em anh gọi trong ngần nhớ thương.

Trà Âm

23.04.2014

Long lanh giọt ngọc của Trời,
Pha trà bầu bạn mời người tri âm.
Dưới trăng khảy khúc nguyệt cầm,
Phím tơ hay tiếng đàn lòng chưa nguôi.

Vấn Vương

18.05.2014

Em thả nụ tình ngọt vấn vương,
Anh gom ươm mật đoạn thơ Đường,
Phơi trên nắng lụa màu hoa tím,
Một chút tình xưa bỗng nhớ thương.

Mong Chờ

18.05.2014

Viết đôi lời vu vơ,
Nhờ sóng gởi người mơ,
Bao lời thương nỗi nhớ,
Đêm vắng mãi mong chờ...

Nhớ Nét Cười Xưa

20.05.2014

Nụ cười mắt biếc long lanh
Vô tình em nhốt hồn anh trọn đời.

♥

Từ em thả nụ cười tươi...
Là anh đã biết trọn đời nhớ em.

Nhạc Sầu

27.05.2014

Văng vẳng bên tai khúc nhạc buồn,
Bên khung cửa Face ngắm em thương.
Chạm môi dù biết mình đang ảo,
Nhưng thật lạ kỳ ngây ngất hương.

Một phiên bản khác có 3 câu đầu như sau

Hoang vắng đêm sầu nhạc vấn vương,
Bên khung Facebook ngắm em thường.
Chạm môi mới biết mình đang tưởng...

Hoài Thương

28.05.2014

Tiễn bằng lăng em đón mùa phượng đỏ,
Nơi sân trường vàng ngõ nhớ ngày xưa,
Hoa học trò lưu luyến buổi tiễn đưa,
Để năm tháng em tìm hoài một nửa.

Đừng Khuấy...

01.06.2014

Đôi tim một cặp rất thân,
Em đừng khuấy nhé để mình gần nhau.
Nhẹ nhé em... môi hồng đào,
Để từng vị ngọt thắm vào tình em.

(Phiên bản khác của **Cà Phê Anh Pha Cho Em** trang 36)

Khát Khao

09.06.2014

Anh ước ao cơn mê rất ngọt,
Khát dòng trăng, tuyệt đỉnh men say.
Đôi tay ngà ngọc em đan trọn,
Tình ái nhân gian ươm mộng đầy.

Đóa Hồng Tặng Em

20.05.2014

Tặng em một đóa hồng xinh,
Nụ hôn hàm tiếu trữ tình đôi môi.
Trong làn hơi thở tuyệt vời,
Chứa chan tình ái của người yêu em.

Buông Màu Tím Được Không

13.06.2014

Buông chi... cánh mỏng loang màu tím,
Đêm mãi ôm hình, dạ nhớ thương,
Vẫn biết dáng xưa còn hoài niệm...
Môi khô sao mặn... lệ sầu tuôn.

Ngồi Mơ

08.10.2014

Anh ngồi hứng giọt nắng tươi,
Ngắm màu mắt biếc mỉm cười môi xinh.
Ươm lên một nụ xuân tình,
Để rồi mơ mộng chúng mình đẹp duyên.

Đẹp Duyên

10.10.2014

Lan khoe sắc thắm tươi trong nắng,
Thua dáng người xưa đẹp nét cười.
Anh ước mai này nơi lối nhỏ,
Bên em hai đứa tình tròn đôi.

Nhớ!

22.04.2014

Kỷ niệm còn đây một bóng mây,
Chiều buông sương khói phủ vai gầy.
Tây Đô lây lất sầu miên viễn,
Sông Hậu hiền hòa nhớ chẳng khuây.
Phố cũ đêm nào vai sánh bước,
Cầu xưa thuở ấy mộng cùng xây,
Tóc em thơm ngát hương bồ kết,
Quấn lấy tim anh trọn kiếp này.

Hôn Ảnh

10.06.2014

Đêm nay buồn lắm vạt trăng ơi,
Ngắm bóng người thương dạ rối bời,
Hôn nụ hôn giòn đôi má thắm,
Để rồi nhớ mãi làm sao nguôi.

Giấc Mộng Thường

30.07.2014

Đêm nay ru giấc mộng thường,
Anh đan tình ái thiên đường bên em.
Tự tình một cõi nhớ quên,
Hư hao một thoáng bên thềm tương tư.

Chân Mây Quán Gió

23.09.2014

Hoàng hôn nhuộm đỏ sắc mây,
Ru hồn lữ khách ngất ngây khung trời.
Ngồi đây ngắm bóng chiều rơi,
Chân mây, quán gió bồi hồi nhớ nhau.

Hẹn

19.09.2014

Nhớ dòng sông Hậu lắm phù sa,
Nhớ áng mây xưa nghiêng bóng tà,
Anh ước mai này về chốn cũ,
Cùng em nối trọn mộng hoàng hoa.

Thu Viễn Xứ

04.10.2014

Bao năm nhìn lá tạ từ,
Gom bao ký ức mà nhừ ruột đau.
Tự tình một thoáng hư hao,
Đề thơ với nỗi nghẹn ngào tha hương.

Tài Chưa Đủ

02.10.2014

Ai cao thủ, mình là thấp thủ,
Nên ngôn từ chưa đủ yêu thương.
Giờ nhìn ngọc đắng trùng dương,
Em là nỗi nhớ vô thường vây quanh.

Thu Xưa

05.10.2014

Tháng Mười cây lá thay màu,
Như cơn gió thoảng mưa mau trái mùa.
Gởi tình vương lá đong đưa,
Nụ cười ngọt giấc mơ xưa tìm về.

Lệ Lòng

18.09.2014

Thơ buồn nhớ bóng trăng xưa,
Khơi nguồn ký ức tình vừa đủ đau.
Bao năm trăng chẳng phai màu...
Long lanh bạc bẽo nhuộm tàu rời ga...
Buồn trong con vận xót xa,
Nhớ người phương đó mà sa lệ lòng.

Đông Đến, Em Đâu

31.10.2014

Lá vàng rơi rụng khu vườn nhỏ,
Báo hiệu mùa đông đã đến rồi.
Nỗi nhớ quê nhà buồn diệu vợi,
Em đâu rồi... em của tôi ơi!

Cà Phê Sáng

24.11.2014

Sáng nay đón giọt nắng hồng,
Bên cà phê đắng ngắm dòng mây trôi,
Chạnh lòng nhớ vị đôi môi,
Rồi mơ mộng viết mấy lời vu vơ.

Tặng Em

09.04.2015

Tặng em chút nắng chiều buông,
Bên mùa xuân muộn mình còn nhớ nhau.

Bao Năm

01.12.2014

Trưa nay trời trắng mây trong,
Ngắm vườn kỷ niệm bên dòng thời gian,
Gió lùa ký ức về ngang,
Bao năm mình đã lỡ làng, hỡi em!

Sương Đêm Gợi Nhớ

19.12.2014

Nghiêng tay hứng giọt sương tàn,
Khơi ngàn ký ức muôn ngàn nỗi đau,
Để giờ giữa chốn bể dâu,
Hằng đêm mắt trũng giọt sầu nhớ thương.

Gió Tuyết Bão Lòng

05.03.2015

Đêm nay hứng giọt tuyết rơi,
Nơi miền cổ tích, người ơi, gió lùa...
Lắt lay nỗi nhớ đong đưa,
Còn đây hình ảnh ngày xưa, thật đầy.

Xác Pháo Ngày Xưa

14.03.2015

Nhớ một hôm phố phường rợp pháo,
Hoa cưới lồng đỏ áo người thương,
Thuyền tình đã lỡ bến Tương,
Vô thường nỗi nhớ về vương vấn đời.

(Phiên bản khác của một đoạn trong **Nhớ Nha** trang 11)

Hoa Tím Tình Trăng

01.04.2015

Đường hai ngả người thương thành lạ,
Nên giọt buồn trên má mãi lăn.
Buồn ơi nhớ bóng tình trăng,
Bên màu hoa tím in hằn dấu xưa.

Gởi Em

15.05.2015

Gom ánh nắng vàng giữa tuyết rơi,
Gởi về bên ấy chốn xa xôi,
Hôn lên mái tóc chiều em xõa,
Một chút tình nào em với tôi.

(Phiên bản khác của bài **Vương Chút Tình Em** trang 33)

Biển Nhớ!

02.10.2014

Gót son em chạm cát mềm,
Ru ngàn sóng nhớ vào thềm ước mơ.
Gom mây trời... lộng áng thơ,
Ươm thêm vị ngọt bên bờ tương tư.

*Cảm đề **Em Và Biển** của **N.K.***
Em ngồi, biển cũng say hương,
Duỗi chân đợi sóng lùa thương vào hồn.
Nhưng con sóng... cứ hay vờn...
Dợm lên, xuống, để em hờn, anh ơi.

Chiều Vạt Nắng

14.04.2015

Chiều nay nhớ nắng quê nhà,
Nhớ đôi má đỏ mặn mà môi xinh,
Nhớ dòng sông Hậu trữ tình,
Nhớ màu hoa tím thuở mình quen nhau.

Hoa Tím Đẹp Không Em

05.05.2015

Đẹp lắm em ơi, những buổi chiều,
Ngắm màu hoa tím của mình yêu.
Trải lòng ra thấy đầy thương nhớ,
Sưởi ấm cho hồn bớt tịch liêu.

Buổi Sáng Uống Cà Phê

20.05.2015

Sáng nay đón hạt nắng mơ,
Bên cà phê đắng lững lờ mây trôi,
Chạnh lòng nhớ vị đôi môi.
Gom hồn thả mộng... mà thôi, lại buồn.

Muốn

21.05.2015

Đôi khi muốn gởi về phương ấy,
Một chút hồn nhiên kỷ niệm đầy,
Mỗi sáng bình minh em thức dậy ,
Ân tình em đón, nhận rồi say.

Nhật Ký

01.08.2015

Chiều hôm nay bên dòng nhật ký,
Nhớ người xưa dưới áng tà huy,
Nữ sinh khoe dáng xuân thì,
Anh say má đỏ thầm thì tiếng yêu.

Thu Sang

05.10.2015

Hôm nay trời nắng mây trong,
Ngắm mây ta nhớ bên dòng thời gian,
Gió đùa ký ức về ngang,
Người đây kẻ đó tâm bàng bạc đau.

SKCB

N.K. tiếp nối bài thơ này với mấy câu
Rồi mai trời bão mây sầu,
Người xưa trở lại gục đầu vai ta.
Má hồng dụi ấm làn da,
Gió lùa hương tóc... xót xa cuối trời.

Ván Cờ Năm Ấy

13.10.2013 - 29.09.2015

Đường định vị chia đôi đen trắng,
Ngược nước về em thắng anh thua.
Căn nguyên tại lỗi gió lùa...
Lạnh môi thơm mộng tình vừa đủ đau.

Giờ gặp lại tóc màu đã bạc,
Bàn cờ tàn ngọt chát đầy vơi.
Luật chơi mình định một lời:
Thắng em ngôi Hậu... thua thời đăng Vua.

(Đã được TT hiệu đính)

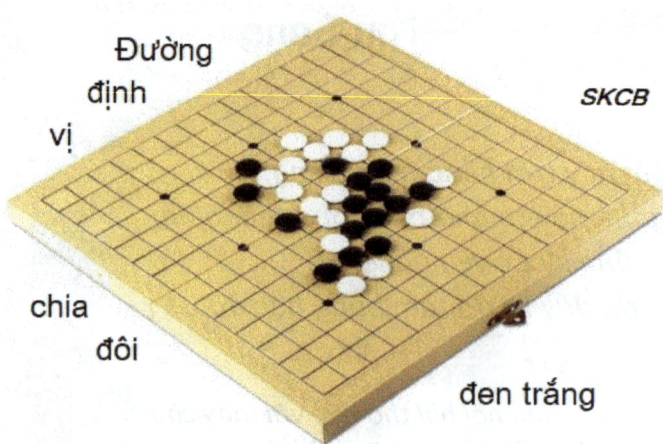

Tháng Mười

02.10.2014

Tháng Mười tiết lạnh chớm đông,
Vọng thêm nỗi nhớ bên dòng thời gian.
Thu ơi... sao chết vội vàng,
Sầu loang... xuân mộng... lỡ làng... hạ ly!

Tháng Mười sắc lá thay màu,
Như cơn gió thoảng mưa mau trái mùa.
Gởi tình trên nhánh đong đưa,
Nụ cười ngọt giấc mơ xưa tìm về.

Tưởng Lòng Đã Yên

11.10.2015

Chiều chiều nắng ngã trời tây,
Bỗng nghe nỗi nhớ dâng đầy trong tim.
Có giấc mơ... ngỡ ngủ yên,
Ngờ đâu rơi rụng bên thềm tương tư.

Lá Rơi Bên Nhật Ký

13.10.2015

Cây khô để lại lá vàng,
Em đi để lại muôn ngàn ý thơ.
Sáng nhìn lá rụng vu vơ,
Bên dòng nhật ký hững hờ tim đau.

Ngó Núi

13.10.2015

Bao năm ngó núi buồn thăm thẳm,
Nhìn áng tà dương rụng xuống đồi,
Thu lá bao lần thay áo nữa,
Ngày về xin hẹn gặp em tôi.

Lại Nhớ Nên Đau

19.10.2015

Gió gọi mưa... buồn vương sợi nhớ,
Tình của mình cách trở nên đau.
Đêm nay, bên những giọt sầu,
Người thương thành lạ... buồn câu chung tình.

Đốt Lá

01.08.2015 - 19.10.2015

Gom đốt lá vàng rơi rụng xưa,
Vất xa phiền muộn chớm sang mùa.
Ngờ đâu lẫn xác thu đang vội
Còn xót cành hoa hạ cuối mùa.

Trăng Khuyết Tình Vơi

25.10.2015

Tối nay lá rớt bên thềm,
Nhìn trăng khuyết nửa mà thêm nỗi sầu.
Tình xưa một nửa còn đâu,
Để cho nỗi nhớ vọng đầu đêm nay.

Chiều

25.10.2015

Chiều nay ngắm ánh tà dương,
Ngó về phương ấy lòng buồn chơi vơi.
Thu xưa mình đậm tiếng cười.
Thu nay nhớ lại chín muồi ruột đau.

Đan Thơ

25.10.2015

Thơ ở đâu... thơ ở đâu nhỉ?
Sợi chỉ buồn tỉ mỉ con đan...
Thơ vui thì thả vài hàng,
Thơ tình con giấu cho nàng xem thôi.

Đêm Không Em

27.10.2015

Hôm nay ai lặng tiếng cười,
Để ta lẻ bạn không người tri âm.
Ngoài hiên trăng khuyết nửa vầng,
Lẫn theo cánh gió vết lòng nhẹ đau.

Đắp Mộ Cuộc Tình

03.11.2015

Thuở nào ngắm lá bay xa,
Anh đây em đó, vẫn là của nhau.
Hôm nay bên lá đổi màu,
Anh gom lá đắp mộ sầu tình xưa.

Nghĩa Trang

30.10.2015

Không ai biết được ngày mai,
Không ai quay lại được ngày hôm qua.
Vô thường trong cõi người ta,
Phút giây hiện tại như là... chân tâm.
Vườn sau dành sẵn bóng râm,
Mỗi hoa một chỗ mai nằm bên nhau.

Chỉ Cần...

09.11.2015

Chỉ cần một nét môi ai,
Đủ anh đan chữ thành bài thơ yêu.
Chỉ cần một phút hồn xiêu,
Anh đây say mộng xuân tiêu ..cũng đành.

Tạm Biệt

10.11.2015

Tạm biệt nhé người ơi giờ nhớ mãi,
Trải lòng mình bằng một áng thơ xinh.
Ta mong sao một phép lạ vô hình,
Sẽ xoa dịu trái tim ai rỉ máu.

Lá Rụng

27.11.2017

Nhìn lá vàng rơi rụng khắp sân,
Lắt lay kỷ niệm chốn xa gần,
Và bên một thoáng sầu nhân ảnh,
Bao kỷ niệm buồn nhớ cố nhân.

Đêm Bơ Vơ

31.12.2024

Dáng ngọc mơ hồ ẩn bóng mây,
Tàn đêm tuyết lạnh cóng vai gầy,
Nhóm bếp lửa hồng nơi chốn cũ,
Hong chút tình mơ theo khói bay.

Cảm Ơn Bạn Tặng Quà

10.03.2025

Cảm ơn Lemk Hồ với Ngọc Khôi,
Mít sấy giòn ngon rụm tuyệt vời,
Cafe lừng thơm hương vị nhớ,
Không gì sánh bằng, bạn thân ơi!

Chúng Mình To Nhỏ

Những bài thơ đối đáp với bạn bè

Buồn, nhớ em, không ngủ,
Mở dòng tin nhắn cũ,
Đọc hoài chẳng thấy nguôi,
Nhớ lại trào như lũ!

N.K.

Phải Không?

03.10.2013

Phải đông sang cho thu buồn giấu mặt,
E ấp sầu trong chiều tím hoàng hôn.
Phải không em khi tình đã đôi đường,
Ai biết được ai ôm sầu muôn thuở...

SKCB

Xuân qua rồi, chỉ còn mình Thu ở
Hắt hiu chiều mơ một thuở vội qua
Nắng cô đơn rớt từng vạt nhạt nhoà
Gọi năm tháng, vỡ oà dòng ký ức...

UĐ

Nay hạ đến với tình yêu đỏ rực
Xóa tan đi mảnh băng giá hồn đơn
Sợi chỉ tình khâu vết hằn rạn nứt
Em đến rồi đừng gởi dấu chân chim.

SKCB

Trách Ai

27.10.2013

Mật ngọt gì ngơ ngẩn tựa như say,
Làm ta quẩn trong những chiều nhung nhớ.
Không có anh đời hóa sầu, như tợ,
Cánh hoa tàn trong gió cuốn mưa bay.

AMT

Anh đang ôm một nỗi buồn không nói
Từ khi em xây bến mộng bên người
Trách đành sao? Tình yêu là vô tội
Xa em rồi anh xót mảnh tình côi.

SKCB

Thu

13.10.2013

Thu quyến luyến một trời khoe sắc nhớ,
Lá quyện cành chưa nỡ vội lìa xa.
Như ký ức vướng lòng, đau một mớ,
Nghiện mất rồi cảm xúc tà mị ma.

AMT

Em vẫn thế giữa hai đầu nỗi nhớ
Mảnh hồn đơn nhìn chiếc lá tạ từ
Thuyền tình xưa một lần em đã lỡ
Người xa rồi em vẫn mãi... hình như!

SKCB

Buồn Trong Kỷ Niệm

19.01.2014

Buồn trong kỷ niệm ngày xưa ấy,
Nên mỗi chiều về nhìn bóng mây,
Em ở phương xa nào có thấy
Bên anh vẫn đậm dáng trang đài.

SKCB

Ôi kỷ niệm buồn như... bóng mây!
Phương xa còn nhớ đến phương này?
Sao không lướt gió tìm nhau nhỉ?
Cùng nhắp ngậm ngùi chung chén say...

N.K.

Em Sợ Những Ngày Biệt Ly

28.10.2013

Ta như sợ, mùa Thu vàng ngập lá,
Chân trời ôm, hoài niệm của xa xưa,
Và rất sợ mây sầu ngang song cửa,
Như ngày nào, khóc ngất buổi tiễn đưa.

AMT

Ai Đem Con Sáo Sang Sông

Em có biết khi nàng thu thay áo,
Trơ thân gầy đón gió lạnh mùa đông.
Bên song cửa lá chạm vang tiếng pháo,
Nuối tiếc gì... chim sáo đã sang sông.

SKCB

Lối Nhớ

08.11.2013

Lối nhớ ta về vẫn khát khao,
Một vòng tay ấm, một lần trao...
Làn môi ngọt thắm ngày xưa ấy,
Nhớ lại bây giờ...tim... nhói đau.

AMT

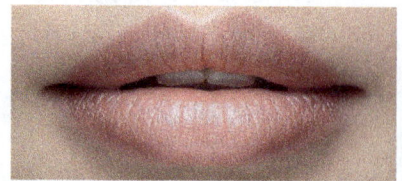

Lối nhớ ngày xưa Mây Tím bay,
Vàng lên nỗi nhớ chiều hôm nay,
Bao mùa ta ngắm thu thay lá,
Là bấy nhiêu lần ta nhớ ai.

SKCB

Tình Ở Đâu

13.11.2013

Người đó, ta đây, tình ở đâu?
Để thơ đọng những giọt u sầu.
Bao lời thương nhớ trong thinh lặng,
Chôn chặt mối tình muôn thuở đau [1].

SKCB

Ta đã lạc nhau góc bể đời
Chân mây... quán gió... rượu cạn vơi
Đêm say dưới bóng trăng mờ ảo
Cứ ngỡ người về... môi sát môi...

AMT

[1] Đây chỉ là đoạn sau trong bài **Xa Cách** trang 29

Lối Cũ

13.11.2013

Nếu một mai em về lối cũ,
Nhặt dùm anh chiếc lá vàng rơi,
Phơi trên nắng lụa ân tình mới,
Để trái tim yêu đậm dáng người.

SKCB

Đường cũ ngày xưa khép lối yêu
Thu vàng hiu hắt dáng cô liêu
Nắng xưa biết có còn hơi ấm
Sưởi trái tim côi buổi xế chiều?

DN

Tình Lỡ

15.11.2013

Tình đó hôm nay đã lỡ rồi,
Đây niềm trăn trở đọng sầu rơi,
Đầy niềm lưu luyến tràn thương nhớ,
Đây những ngôn từ nhớ người ơi.
   SKCB

Chỉ sợ khơi lại vết nứt xưa
Đã bao lần cố tình khâu vá
Từ năm nằm ngỡ quên, giờ đã
Loang lổ nhiều... sỏi đá cũng đau.
   AMT

Điểm Hẹn

17.01.2014

Đường lên điểm hẹn đẹp khiết trinh,
Nơi đó em ơi chỉ chúng mình,
Anh hái thơ Đường tầm vị ngọt,
Ươm tình dấu ái tặng môi xinh.

SKCB

    Anh hứa em rồi anh nhớ nha
    Đường lên điểm hẹn đẹp như hoa
    Bên nhau cùng ngắm hoàng hôn tím
    Tay nắm trong tay lúc tuổi già.

DN

    Đẹp lắm mùa thương lại quyện... về
    Đầu tuy trắng bạc vẫn say mê
    Hương tình đẫm nét trên giấy ảo
    Vẫn ấm môi ngoan phút hẹn thề.

AMT

    Điểm hẹn hai ta tựa cảnh tiên
    Mây hòa quyện nước cõi đào nguyên
    Tựa nhau hai mái đầu sương trắng
    Dệt trọn ân tình thuở hỗn nguyên.

DN

    Đẹp lắm em ơi một phút giây
    Đôi tim rung động nhịp hòa say
    Lâu đài tình ái xây trên Face
    Ta mãi bên nhau đẹp trúc mai.

SKCB

Sáng Trưa Chiều Tối

25.01.2014

Sáng... mời hương vị cà phê nóng,
Trưa... thả thơ tình đậm dáng mơ,
Chiều... hát nhạc buồn nghiêng vách hóng,
Tối... vào cổ tích nhớ nàng thơ.

SKCB

Sáng đến chiều anh ươm mật ngọt
Em say tình ý đắm thơ hay
Một mai... anh lỡ không còn nhớ
Em biết làm sao với tháng ngày?

DN

Em ơi đừng nói câu tình lỡ
Anh mãi bên em ấp mộng chờ
Facebook duyên xưa mình tái ngộ
Làm sao xa nữa hỡi người mơ.

SKCB

Lại Nhớ

17.09.2014

Nghiêng tay hứng ánh trăng tàn,
Đêm nay ngồi đếm lắm hàng châu rơi.
Vì sao tinh tú khuất dời,
Non xa, bể ải đắng đời nhau ra.

AMT

Nghiêng tay hứng giọt sương tàn
Khơi nguồn ký ức muôn vàn nỗi đau
Để giờ giữa chốn bể dâu
Hằng đêm mắt trũng giọt sầu nhớ thương.

SKCB

Hoa Tím Bằng Lăng

16.02.2014

Mình chẳng bên nhau dẫu một lần,
Như giai điệu nhạc tím bằng lăng.
Anh ngân câu hát ngàn thương nhớ,
Gởi đến bạn lòng... nỗi cố nhân.
SKCB

Giai điệu anh trao nỗi thiết tha
Quê nhà trăn trở giấc mơ hoa
Bằng lăng vẫn tím, và em biết
Nhớ một hình dung đã rất xa....
DN

Đã biết rồi đây hoa tím xưa
Vẫn ngào ngạt sắc lúc giao mùa
Vẫn hương nồng thắm ngày ưu ái
Vẫn đẹp ngàn đời hoa...gió đưa.
- Thôi thì....
Khóc nữa chi em, chuyện cũ qua
Hai người lối rẽ... mỗi con phà
Từ nay bến nhớ đôi đường chỉ
Lưu lại còn đây ký ức xa.
AMT

Hoa Tím Bằng Lăng... một khúc buồn
Hát lên chỉ tặng cho Người Thương
Xa xôi phương đó nếu Em hiểu
Thì giọt lệ tình giùm giả vương...
TTT

Lay lắt nỗi lòng hoa tím bay
Về theo kỷ niệm mộng còn xây
Sầu vương ý nhạc cung chùng phím
Sợi nhớ cuộn lòng... ai thấu ai.
SKCB

Chiều Nhớ

20.02.2014

Chiều chiều bóng ngã về tây,
Bỗng nghe nỗi nhớ thật đầy trong nhau...

SKCB

Chiều chiều nắng ngả trời Tây
Bỗng nghe nỗi nhớ dâng đầy trong tim
Giấc mơ ngỡ đã ngủ yên
Ngờ đâu rơi rụng ngập thềm tương tư.

DN

Sao Xưa Chẳng Nói

07.03.2014

Có nhiều lời ngày xưa chưa nói,
Để bây giờ ôm gối mà mơ.
Nhớ ai mình bỗng vu vơ,
Kiếp này không trọn thôi chờ kiếp sau.

SKCB

Ngại ngần chưa nói, quay đi
Để rồi tiếc nuối, hồ nghi nửa đời
Vui buồn lẩn khuất trên môi
Lạc nhau buổi ấy khôn nguôi nỗi niềm.

DN

Đêm nay ru giấc mộng thương
Anh đan tình ái thiên đường bên em
Tự tình một cõi nhớ quên
Hư hao một thoáng bên thềm nhớ nhung..

SKCB

Hai Phương Trời Một Hoài Niệm

21.03.2014

Hoa tuyết nhẹ rơi đầy trong sân vắng,
Chạnh cõi lòng ta viết vội vần thơ,
Tri kỷ ơi sao người vẫn xa mờ,
Để tri âm nghe lời ta tình tự.

SKCB

Giữa giá băng sao nhớ nhiều mùa hạ?
Hoa tuyết đầy, hoài niệm tím bằng lăng
Biệt tri âm, viễn xứ kiếp phong trần
Lời tình tự đau lòng người tri kỷ!

DN

Hạ trắng miên man màu dĩ vãng
Giữa hoang tàn sắc tím nhớ mông lung
Em ở đây giữa muôn trùng nỗi nhớ
Nắng hao gầy như thuở mới hai mươi.

HĐ

Cô Lữ Buồn

19.03.2014

Biết rằng chẳng có chuyện tương lai,
Chua xót làm sao, tim nhói hoài.
Chẳng lẽ muôn đời tình một hướng?
Thôi thì đáy mộ giấu tàn phai.

AMT

Nếu mà ko tính chuyện tương lai
Thì tình yêu đó như đánh bài
Hên xui một ván thời theo vận
Nên giờ cô lữ buồn nhớ ai.

SKCB

Hoa Tím Bằng Lăng II

12.05.2014

Hoa tím bằng lăng ấp ủ yêu,
Gởi người thương nhớ với bao điều.
Tình đầu xa cách duyên mình lỡ,
Lụy xót tim lòng cõi quạnh hiu.

> *Nay ta xa cách muôn trùng, chỉ còn kỷ niệm hoa tím xưa.*
> *Anh, anh có nhớ đến em. nhớ ngắt cho em màu hoa buồn,*
> *màu hoa tím là màu tình xa...*
>
> **DN**

Cánh mỏng bằng lăng, tím đợi chờ
Thơm như hương mộng ướp vào thơ
Nhớ nhung, khắc khoải, tình say đắm
Không vẹn duyên đầu trọn kiếp mơ.

SKCB

... /

Bằng lăng cánh mỏng loang màu tím
Bên nắng hanh vàng lộng dáng thương
Khi biết tình mình là kỷ niệm
Nỗi buồn muôn thuở làm sao buông.

SKCB

Tím mãi bằng lăng tím cả hồn
Hong màu nhung nhớ nhuộm hoàng hôn
Nên thơ dẫu biết trong hoài niệm
Giữ mãi bên lòng chẳng muốn buông.

DN

Ấm Trà

24.03.2014

Giọt nước mắt của trời,
Đọng trên cánh sen tươi.
Em pha trà bầu bạn,
Đợi chàng ghé nếm môi.

SKCB

Trà Âm
Long lanh giọt ngọc của Trời
Pha trà bầu bạn mời người tri âm
Dưới trăng khảy khúc nguyệt cầm
Phím tơ hay tiếng đàn lòng chưa nguôi?

DN

Tro Bay Thành Truyện Ngày Xưa

28.06.2014

Ta vứt hồn vào lửa loang,
Gom đi đốt hết lỡ làng năm xưa.
Ngờ đâu trong đống tàn tro,
Bóng hình theo nỗi buồn đưa nhau về.

Phiên bản khác

Ta muốn gom bao sầu dĩ vãng
Vứt vào trong ngọn lửa hồng loang
Ngờ đâu khi bớt tro tàn
Nỗi buồn năm cũ chứa chan lại về.

SKCB

*Nhìn đám lửa **SKCB** đốt, **DN** nhớ lại mấy câu mình làm trước đây*

Gom đốt úa vàng rơi rụng xưa
Vứt xa phiền muộn chớm sang mùa
Hay đâu lẫn xác thu đang vội
Còn xót cành hoa hạ cuối mùa.

DN

Mơ

11.03.2014

Trong mơ anh đã thấy gì?
Gặp người trong mộng thầm thì lời yêu?
DN

Anh mơ thấy dáng yêu kiều...
Thơm môi lạnh mọng những chiều Trà Bay.
SKCB

Nét Môi Cười

11.03.2014

Trả ơn anh một nụ cười,
Để anh ôm mộng bên lời thơ rơi,
Để anh giữ lại nét môi,
Đợi ngày trao trọn đến người anh yêu.
SKCB

Anh len vào mộng đêm nay
Ru em khúc hát bên bài thơ yêu
À ơi... em ngủ giấc đều
Hương yêu ướp mộng thật nhiều, anh ơi...
DN

Mỗi đêm anh sẽ len vào mộng
Trao tặng cho em một nụ tình
Mỗi sáng bình minh em sẽ đón
Nét cười thắm đượm nét môi xinh.
SKCB

Mây

11.03.2014

Bóng mây hồng biết mần chi,
Vây quanh kỷ niệm những khi huỡn đời.
Mốt mai mây có rã rời,
Nơi đây lưu chuyện tuyệt vời thần tiên...
          DN

   Em ơi nơi đất thần tiên
   Tháng ngày chia sẻ hàn huyên chuyện đời
   Không đâu, mình chẳng rẽ đôi!
   Vì anh đã nguyện một đời bên em...
          SKCB

Đêm Say

11.03.2014

Hoàng Hậu giờ đây đứng cạnh ai,
Nơi trang cổ tích trẫm vừa xây,
Có nàng công chúa Bằng Lăng đẹp,
Trang Face sử tình như trúc mai.
          SKCB

   Vua phong chiếu xuống lúc cơn say
   Hoàng hậu uy nghi, ngẫm cũng oai
   Bừng tỉnh men cay, nàng thất sủng!
   Lãnh cung vùi vóc liễu nhành mai...
          DN

Trăng Ước

07.07.2014

Anh ước đôi mình mãi có nhau,
Từng đêm đan lại chuyện ban đầu,
Cùng nhau ngắm ánh trăng vườn nhỏ,
Bên mối duyên nồng vẹn trước sau.

SKCB

Em ước trăng xưa đừng khuyết lại
Đừng hờn giấu mặt lẩn sau mây
Từng đêm lấp lánh cùng tinh tú
Thủ thỉ chuyện lòng thêm đắm say.

DN

Túy Họa

15.09.2014

Lặng nghe anh vẽ mộng liêu trai,
Ôm ấp hương yêu một nét ngài.
Khát nụ thơm mơ, dài luyến nhớ,
Kề môi ngàn chén vẫn không say...

DN

SKCB đáp lại với bài

Tửu Họa

16.09.2014

Này nhỏ đi em giọt mật yêu
Để men tình ái thắm thêm nhiều
Anh ươm nụ ngọt đều men thấm
Cho rủ hương lòng đậm tiếng yêu.

Ánh Trăng Buồn

05.03.2015

Đêm nay ta ngắm ánh trăng rằm,
Bên nỗi buồn xưa chợt ghé thăm.
Ôm bóng hình em sầu lẻ bóng,
Một lần bước lỡ lạc trăm năm.

SKCB

Hình như hôm nay đã... hai mươi
Trăng chả rằm đâu, trăng chỉ cười
Họ của ai rồi, trăng của họ,
Gọi chi khản giọng, lạc tên người...

N.K.

Đếm

12.03.2015

Tóc trắng giờ đây bạc nửa đầu,
Người xưa vẫn mãi tận nơi đâu,
Để ta ôm nỗi buồn chôn giấu,
Đêm vắng canh tàn đếm... giọt châu.

SKCB

Tưởng người ta đếm tiền thôi,
Ngờ đâu đếm cả vàng thoi, hột xoàn,
Ngọc châu, cẩm thạch: muôn ngàn,
Đếm hoài chưa hết, còn than nỗi gì...!

N.K

Dù Đã Muốn Quên

25.03.2015

Muốn chôn chặt mối ân tình lạc bước,
Mà tháng năm dư âm vẫn còn thừa.
Mùa hạ cũ sắc hồng còn đỏ lửa,
Mà nắng sao như nắng của ngày xưa.

DN

Tiễn bằng lăng em đón mùa phượng đỏ
Nơi sân trường vàng ngõ nhớ ngày xưa
Hoa học trò lưu luyến buổi tiễn đưa
Để năm tháng em tìm hoài một nửa.

hay

Tiễn bằng lăng em đón mùa phượng đỏ
Sân trường xưa giờ đã vắng bóng người
Tiếng ve sầu bên nỗi nhớ chơi vơi
Tình đầu hỡi lối nhớ về lạc bước.

SKCB

Vào Mộng

29.03.2015

Anh len vào mộng em say,
Ru em khúc hát từ bài thơ yêu.
À ơi...em ngủ giấc đều,
Nguyên Tiêu ướp mật thật nhiều...em ơi...
SKCB dựa theo **DN**

Mộng gì... ướp hết hũ tiêu...
Say gì... vớt hết nguyên chiều Pittsburgh...
Ru gì... ru chỉ thằng con...
Thơ gì... thơ nhảm... face mòn book kia...
MLT

Đọc Thơ Tình Cũ

01-04-2015

Anh ngồi đọc lại tình thơ cũ,
Nhật ký từng trang bỗng
                ngậm ngùi.
Nỗi nhớ từng giờ vây kỷ niệm,
Làm sao quên được hởi em ơi.
SKCB

Nghe tin người cũ lấy chồng,
Dửng dưng. Nguội lạnh.
            Sao lòng bỗng đau...
N.K.

Màu Tím Hoa Xưa

04.05.2015

Hoa tím ngày xưa đâu mất rồi,
Giờ còn nỗi nhớ mộng buông lơi.
Tháng tư lây lất buồn vời vợi,
Bóng cũ người xưa... vẫn chưa vơi.
SKCB

Màu tím xưa, rất nhẹ nhàng,
Thế mà vương vấn, díu dan sao người?
Khách đa tình chớ cợt cười
Đã yêu sim tím, đổi dời bằng lăng.
TPL

Hoa tím ngày xưa đã chết rồi,
Giờ còn thơ thẩn một mình thôi.
Năm tháng buồn đau nơi xứ lạ
Hình bóng người xưa chết thiệt rồi.
SKCB

Lặng lẽ ngồi đây...tiếng thở dài
Thề xưa hẹn cũ vẫn bên tai
Bằng lăng còn đó đầy hương nhớ
Sắc tím muôn đời chẳng nhạt phai...
AMT

Vẫn mãi trong anh màu tím buồn
Những chiều ngồi ngắm đóa hoa thương
Nhớ hình bóng xưa buồn lây lất
Bên nỗi đau thầm... lạc bến tương.
SKCB

"Bằng lăng còn đó đầy hương nhớ"
Màu tím còn đây ngập sắc thương
Nhưng sao mộng vỡ, tình dang dở
Kẻ ở người đi... đứa mỗi đường.
TTT

Anh Ru Em Ngủ

28.02.2014

Ngủ đi em, giấc ngoan hiền,
Để anh sống mãi với triền thơ ngây.
Ngủ em nhé... giấc nồng say,
Xuân xanh còn thắm, mộng đầy...còn mơ!!!
SKCB

Vâng!
Em mơ một giấc thật nồng
Say trong nệm ấm chăn hồng mang tên...
"Kỷ Niệm" - một thuở chưa quên
"Tình Anh" - hơi thở ấm êm mộng thường.
DN

Hai kẻ nhớ thương:
Đó-Kia một lần lỡ phím
Cung tơ buồn sao đếm hết được đây
Người triền dốc, kẻ chân mây
Lay lắt nhớ... buồn cay... mắt... môi... sầu.
AMT

Đêm nay ru giấc mộng thường
Anh đan tình ái thiên đường bên em
Tự tình một cõi nhớ quên
Hư hao một thoáng bên thềm tương tư.
SKCB

Cùng Bạn Nâng Ly

những bài thơ cùng bạn bè cười cợt

"tô phở thiếu rau mùi
chỉ là tô hủ tiếu
đời sẽ chẳng còn vui
nếu không cười chút xíu"

N.K.

Tìm Ngỗng Gặp Ngan

20.08.2013

Đêm nay ta đếm từng bước chân,
Tìm trong nhân thế xa với gần,
Một dáng Thiên Nga thuở xưa đó,
Nhưng chỉ Vịt trời với Ngỗng, Ngan.

Thu Tím

28.08.2013

Chiều nay Thu Tím thêm nhiều,
Thiên Nga đang tắm bị diều quắp đi...
...
Thu Tím giờ chuyển sang Hồng,
Chắc là nàng cũng muốn chồng... diều ơi.

Một Ly, Hai Cặp Môi Tình

05.11.2013

Em uống cà phê, ta uống trà,
Vô tình em lấy nhầm ly ta!
Hương thơm còn đậm màu son tím,
Môi của em thành thơ của ta.

   Sau khi đọc **Ôm Gối Tìm Hương** của **N.K.**
      Em uống cà phê, ta uống trà,
      Tình chưa trang điểm vẫn thơm hoa.
      Chút hương mềm đắng vương sầu mộng,
      Môi của em là thơ của ta.

Đừng Khai

06.11.2013

Em đi ăn vụng mới về,
Hương yêu còn quyện bộn bề quanh môi.
Giấu thì cũng dễ mà thôi,
Biết thì anh bị máu nhồi cơ tim!
Thôi thì phó mặc tự nhiên,
Để cho anh được sống thêm vài ngày.

   Sau khi đọc **Bao Dung** của **N.K.**
      Em đi ăn vụng mới về...
      Hương yêu còn quyện bộn bề quanh môi!
      Giấu thì cũng dễ mà thôi:
      Vai anh đây, cứ việc bôi, việc chùi...

Đúng Là Gió Độc

28.10.2013

Đúng là ác độc bẩm sinh,
Thơ gì có chữ "làm tình", thấy ghê!
Chắc là Gió đã đam mê
Rượu chè, nữ sắc, rồi lê thân tàn...

Tự Cao Thay Gió Độc

05.11.2013

Một nét liêu trai đẹp mỹ miều,
Danh vang Gió Độc khiến hồn xiêu,
Mỹ Nhân say đắm nhìn rồi xỉu...
Nam Tử trông hình thảng thốt kêu!

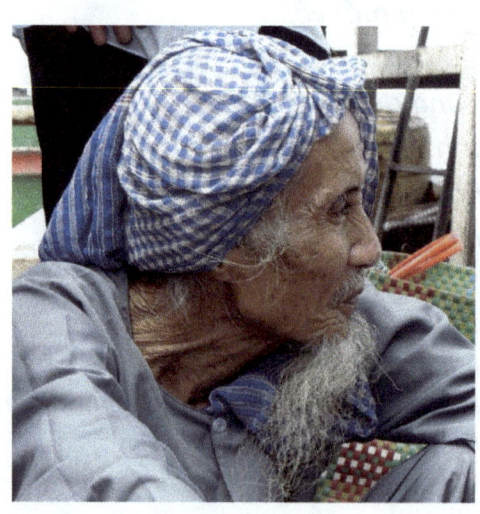

Áo Với Quần

06.11.2013

Mây về mặc lại áo tình nhân,
Kích thước hồi xưa bỗng nhỏ dần...
Nhìn kỹ con voi giờ tạ mốt!
Tiện tay vụt bỏ khỏi bâng khuâng.

SKCB

Ba Mươi chẳng có áo tình nhân
Ở đó ganh tị với tủi thân
Thấy voi phơi áo bày đặt hỏi
Mây ơi cho tớ mượn cái... quần.

MLT

Đang Mơ, Vợ Gọi...

08.11.2013

Thôi đành gác lại những vu vơ,
Ôm bóng nàng thơ vùi mộng mơ...
Văng vẳng bên tai lời "thỏ thẻ"
- Đi làm! Thức dậy! Trễ bây giờ!

Yêu Nàng Hơn Tổ Quốc

23.12.2024

Chiều cuối năm đứng trên đường xứ lạ,
Nhớ không ra một ngả để về quê.
Lời cha mẹ con đây nhớ rất rõ...
Nhưng yêu nàng, tổ quốc chẳng còn phê!

Chuyên Nghiệp

09.11.2013

Bao năm làm móng đen và trắng,
Múa bột bay bay những tháng ngày.
Tiền típ tiền chia giờ cũng bộn,
Nên giờ thơ thả thấy hay hay.

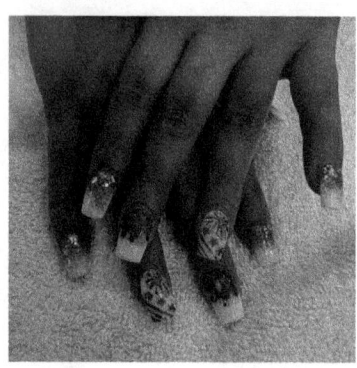

Rảnh Quá

11.11.2013

Đôi khi tiệm ế buồn gần chết!
Muốn đến vườn thơ kiếm chút tình...
Thiên hạ trong này... nhìn muốn bịnh,
Làm sao hóng được nàng thơ xinh!

Đàn

18.12.2013

Đêm nay có gã gảy tình tang,
Hổng chịu đi làm chỉ ngồi đàn.
Đúng là học trò cơm tốn vải,
Để đám ác nhân có chuyện bàn.

Chat

04.11.2014

Em ngồi bên mái hiên nhà,
Ôm cái laptop tà tà dạo chơi,
Môi thơm em nở nụ cười,
Chắc là đã hốt được người em mong.

Bói Đầu Năm

20.01.2014

Đầu năm xin bói quẻ lương duyên,
Hổng trúng thì tui chẳng tính tiền,
Tên họ xin đề để khấn nguyện,
Để ta nhập định làm Tề Thiên.

Xin mời bạn xào 52 lá...
Nhẩm họ đúng tên nhớ rõ chưa?
Nói nhỏ thôi nha, tui ngóng được,
Nói linh cho lắm cũng bằng thừa.

Đợi Bạn

04.11.2014

Tay cầm điếu thuốc mãi vân vê,
Nhìn thói đời qua sợ thấy ghê.
Nhưng vẫn chờ ai dù đến trễ,
Cùng nhau ngồi hút để cùng phê.

Đánh Cờ Online

07.11.2014

Này em gái đang ôm laptop,
Canh cờ tàn định chộp thời cơ,
Đâu ngờ ảnh cũng giương cờ,
Chống con sĩ đỏ rình chờ bắt em!

Chụp Ảnh Bên Sông

11.11.2014

Em nhìn đời bằng mảnh ve chai,
Bên dòng sông Hậu khoe dáng đài,
Ẹo qua ẹo lại vài bô ảnh,
Chân trật... cái ùm... hồn vía bay.

Say... Thơ...

2015

Cụ Nguyễn Du ơi... cụ Nguyễn Du!
Hoàng hôn nhuộm tím lá mù u,
Cháu con dòng tộc còn vài đứa,
Đứa ở Tiên Điền đứa đánh đu.

SKCB

Lại thêm có kẻ là Chi Bảo
Cưỡi ngựa truy phong tít mịt mù
Tên hắn Sở Khanh mang chính hiệu
Thơ đầy một bụng rượu hai lu.

HM

Hương Võ mần chi la ỉ ôi
Chi Bảo ta đây tiếng nổi rồi
Họ Sở danh vang bao lời tốt
Một tay nâng đỡ Kiều lên ngôi
Nếu như cụ Nguyễn hồi sinh lại
Tấm tắc khen ta ngất những lời
Sách sử cụ đây ngồi viết lại
Sở Khanh Chi Bảo tặng ta thôi.

SKCB

Chỉ Cần

06.04.2015

Chỉ cần một nét môi ai,
Đủ anh đan chữ thành bài thơ yêu.
Chỉ cần giây phút hồn xiêu,
Anh say một khắc xuân tiêu cũng đành...

[Ghi chú của tác giả] Mượn ý thơ của **N.K.** trong ***Bài Tình Ca Lý Con Sâu***:
Chỉ cần một nét môi thơm,
Đủ quên phắt chuyện áo cơm mệt nhoài.
Chỉ cần một tiếng thở dài,
Đủ say vùi khúc thương hoài ngàn năm.

[Lời phê của **MLT**]
Cái tật Lúa thích lanh chanh
Ý chôm, chữ phá, tanh bành thơ nha...
Liêu xiêu... vợ phủ chổi chà...
Nguyên tiêu... vạn "khắc" vỡ pà... mông anh...

[Lời phê của **N.K.**]
Đâu phải Lúa thích lanh chanh
Chỉ tại cái tật trời sanh thôi hà
Vợ iêu dù múa chổi chà
Vẫn mơ vẫn lượn quanh nhà mí em...

[Lời phản bác của **MLT**]
Đúng là một cặp oan gia...
Ngồi đó rảnh rỗi mà chà đạp tui
Vái cho hai hẳn bị xui
Trời se duyên thắm một đời ở chung
Để cho hạp tánh bị... khùng...

Mai này... Lúa có hom hem
Vẫn gõ lóc cóc, vẫn thèm online
Dẫu em có nói... bái bai...
Lúa cũng cứ nghiện, không cai nàng nào!

[Hồi đáp của **SKCB**]
Biết rồi, ta nghiện online
Một mình ta chat với hai, ba nàng
Nhưng mà tránh Mây Lang Thang
Vì cha Quán Gió thích hàng hiếm hoi.
[Ổng khoe Mây kết ổng rồi!]

Mình Ta Ôm Đống Tuyết

26.01.2015

Phố cũ hôm nay chẳng bóng ai,
Tuyết trời trắng mịn tận chân mây.
Tri âm tri kỷ đâu rồi hỡi,
Nỡ để mình ta xúc rã vai!...

Hoa Đào Năm Ngoái

13.04.2015

Khứ Niên Kim Nhật Thử Môn Trung,
Nghe nói hình như em bỏ chồng,
Từ xứ Anh Đào tìm cách trốn,
Gặp chàng Quán Gió kết tơ hồng...

  Câu đầu là thơ **Thôi Hiệu**, tựa là thơ **Nguyễn Du**
   Trước sau nào thấy bóng người
    Hoa đào năm ngoái còn cười gió đông.

Mây Tím Xa Rồi

09.04.2015

Em bỏ anh rồi mây tím ơi,
Để chiều nhạt nắng buồn chơi vơi.
Đón mùa xuân đến sầu hiu hắt
Nhớ bóng người đi héo nụ cười.

Hạ Huyệt Tiễn Quán

15.04.2015

Hôm nay lão Gió xuống nhị tì,
Mang theo một mối tình si Bạch Xà.
Tội cho một kẻ đào hoa,
Nay ngủm củ tỏi chẳng ma nào buồn.

Tội này xử bắn tốt hơn!

Số Tôi Sao Khổ Quá

05.05.2015

Đêm nay ta cạn hết chai,
Để xua mệt mỏi tháng ngày vừa qua,
Tiền bill điện, nước, với gas,
Giờ thêm bị lỗ đám ma Gió già.

Màu Tím Hoa Xưa

04.05.2015

Hoa tím bao năm vẫn đượm màu,
Mỗi mùa xuân đến đẹp như nhau,
Nhưng sao áo tím xưa anh tặng,
Mới mặc hai lần đã biến nâu?

TTT

... Ai biểu anh đi tặng đồ Tàu
Hai lần giặt giũ, tím thành nâu.
Bỏ thì không nỡ, quăng hơi uổng,
Em quấn thành nùi giẻ để lau...

SKCB

Nhớ Lý Con Còng

15.06.2015

Đêm nay chớp bể mưa nguồn,
Ta ngồi nhớ bóng người thương tên Còng.

Ảnh Đầy Tháng của Lý Con Còng

11.05.2015

Hôm qua Năm Quẹo ghé Chi Huỳnh,
Thấy bả đang tơ tưởng tấm hình,
Của lão Còng con vừa đủ tháng,
Dựng cờ khởi nghĩa đang chiêu binh.
Chi nhìn... say đắm... lặng thinh... mống chuồng...

Tình Còng

27.07.2015

Lão Còng mê mái tóc đuôi gà,
Ra công tìm kiếm khắp xứ xa,
Tuyệt thế giai nhân gà móng đỏ,
Body xinh xắn tựa như hoa.
Bao đêm ôm gối Còng mơ ước,
Ngày tháng trông chờ... Được rồi nha!
Giờ chọn ngày lành đem xe rước,
Chứ đừng vỡ mộng chạy... nha ba!

*Còng thương mái tóc đuôi gà
Đêm qua nằm mộng gặp bà giai nhân*

Xin Miễn Điếu Môi Hôn

12.08.2015

Hôm nay ta gục chết bên đường,
Hỏi có bao người sẽ xót thương,
Khi ảnh ta đăng trên Facebook,
Làm ơn đừng ghé tặng môi hôn!

Chết mà ta chẳng cho hôn,
Hôn ta, ta sẽ hiện hồn về thăm.

Tâm Trạng

31.12.2024

Ngoài sân bão tuyết chập chùng,
Trong nhà bánh, sữa... ung dung,
Ngắm đôi chim nhỏ ..tương phùng ,
Nhớ... bà xã lúc ở chung...

Viết tặng **N.K.** sau khi đọc post của bạn này trong Facebook
Ngoài sân bão tuyết trùng trùng
Trong nhà bánh sữa ung dung
Biển động làm cua đáy vực
Màng chi hai tiếng anh hùng...

Hôm Nay Trời Nhẹ Lên Cao...

04.01.2025

Ngắm nhìn trăng chếch trên cao,
Tự nhiên hổng biết vì sao mình buồn.
Nhưng rồi biết rõ cội nguồn:
Bởi vợ thằng bạn đang chuồn về quê.

Tựa là thơ **Xuân Diệu**:
Hôm nay trời nhẹ lên cao
Tôi buồn, không hiểu vì sao, tôi buồn

Khó Hiểu

20.01.2025

Mỗi lần bão tuyết rơi,
Là xúc mất nhiều hơi.
Gió rét tay lạnh cóng,
Sao mình đổ mồ hôi?

Đổi Nick Làm Chi?

08.02.2025

Bạn bảo bỏ "Thương Vợ ",
Giữ "Thằng Bạn" mà thôi.
Nhưng bạn nào có biết:
Vợ bạn nhất trên đời!

Nghe Chủ Tiệm Than Thở

15.03.2025

Cà Khịa ngồi kể: tiệm vắng người!
Nhưng mà sự thật... khách lai rai!
Vợ chồng cùng hốt, thêm làm chủ,
Như thế còn than gì nữa chài!

Cuối tuần chồng vợ ăn miễn phí...
Tiền điện, chỗ ở, thì được free,
Tài khoản mỗi ngày vô tỷ tỷ,
Còn than con khỉ mốc gì đây?

Trời Lạnh Đổ Mồ Hôi

24.03.2025

Sáng nay thức giấc ngó ngoài trời,
Bão tuyết trắng tinh dày khắp nơi.
Nhanh tay pha ly cà phê ấm,
Bắt đầu cầm xẻng làm việc thôi.
Xúc hết quanh nhà hơn một tiếng,
Trời lạnh mà lại đổ mồ hôi.
Đó là cuộc sống nơi xứ lạnh,
Ngày tháng qua dần thấy quen thôi.

Một Con Ngựa Đau Cả Tàu Thêm Cỏ

2025

Ngẫm nghĩ đôi khi lòng lại đau,
Làm chung một tiệm: ngựa chung tàu.
Vậy mà hôm nay thợ bị nghỉ,
Cả tàu "thêm" cỏ, rất xôn xao!

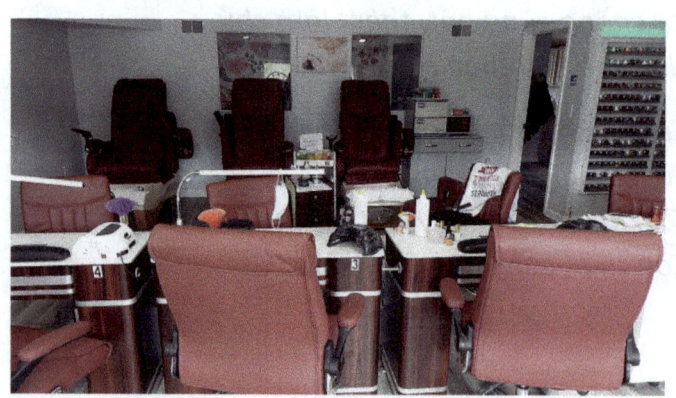

Chuyện Nghề Nails

2025

Nhiều chuyện bàn chơi cái sự đời,
Nghề nails đông người lắm buồn vui,
Hôm nay bị ế nên tôi rảnh,
Gom chữ gieo vần, kể chuyện chơi.

Đầu tiên phải nói phái Nga Mi,
Chị em biết chuyện chẳng ai bì,
Gia đình mai mốt ai li dị,
Hay tiệm kế bên thợ bỏ đi!

Thứ hai thuộc về phái Toàn Chân,
 Ít khi lo những chuyện xa gần,
Chỉ ngồi nghĩ suy và tính toán,
Football hôm nay đội nào ăn!

Cuối cùng còn lại một phe nhóm,
Đó là Không Động với Thiếu Lâm.
Nếm trải mùi đời cao tay ấn,
Ngư ông đắc lợi là chắc ăn!

Tiệm đắt, bà con thi nhau hốt,
Chủ tớ trên dưới cùng một lòng...
Lúc vắng, tranh nhau dăm bạc lẻ,
 Chuyện nhỏ xé to hóa bất đồng.

Cũng là người Việt tình đồng hương,
Như ngựa cùng tàu, đi chung xuồng,
Nhưng hôm nay chủ cho thợ nghỉ,
Cả tàu "thêm" cỏ ai cũng mừng!

Nails Ế

2025

Bao năm lập nghiệp bằng nghề nails,
Kể thật năm nay thiệt quá bèo:
Tiệm vắng cả ngày không bóng khách,
Thợ thầy ngồi ngáp, buồn chèo queo,
Mùa thu mưa lạnh càng thêm thảm,
Lễ đến cận kề mà vắng teo.
Hy vọng sang năm thương mại tốt,
Để cày lấp lại cái hầu bao!

Bếp Nhà

Nhà thơ cũng có tâm hồn ăn uống phong phú...

Thử so làm bếp với làm thơ:
Ướp mặn nồng, nêm ngọt, rắc mơ.
Bếp dưỡng thân hình, thơ dưỡng tính,
Ghiền hương, nhớ vị, tự bao giờ...

N.K.

Cuộc Sống Mỹ

16.11.2024

Ở Mỹ muốn thành một đại gia,
Tôi đây chỉ mách một điều là:
Sáng trưa chiều tối ngày bốn bữa,
Nấu nướng chiên xào... ráng nuốt nha.

Mau nhanh giàu nữa thì ăn trứng,
Tiết kiệm thời gian tới gấp ba,
Suốt tháng quanh năm chỉ một món:
Đó là phải tập... ghiền ăn gà...

Rau Càng Cua Bóp Gỏi

16.11.2024

Chiều nay ta dạo ngắm khu vườn,
Thấy đám càng cua xanh mởn mơn,
Chợt thèm cái món nào làm gỏi,
Nên hái một ít làm ngay luôn.

Chuẩn bị xong xuôi phần nước sốt,
Tiêu sọ hành củ với nước tương,
Chảo nóng cho dầu phi vàng tỏi,
Thịt bò múa lửa chín bay đầy hương.

Rau tươi thấm giấm đủ chua ngọt,
Vừa nhai cảm thấy cọng rát giòn,
Đơm vào tô nhỏ vài trái ớt,
Thêm rượu vang nữa còn gì hơn.

    Có thể *thêm* hai câu cuối như sau:
        Mà sao ăn chẳng thấy ngon,
        Hay vì vợ bạn đã chuồn theo ai!

Lẩu Mắm

16.11.2024

Đồ ăn đặc sản... ở miền Tây
Nói hết cũng hơn... đến nửa ngày,
Tam quốc vòng vo... thôi tóm lại,
Là mình sẽ nấu... cái gì đây?

Tôi đang sống ở... nước Hoa Kỳ,
Thực phẩm phải nói... thật ê chề,
Sao mãi vẫn thèm... chỉ một món,
Mỗi khi trời lạnh... mùa thu về.

Bởi cái lẩu này... nhiều người mê,
Hương vị quyến rũ... thật lạ kỳ,
Ai cũng thích ăn... nhưng chẳng dám,
Bởi vì mùi vị... ngửi rất phê...

Cho một ký mắm... vào trong nồi,
Đun lửa riu riu... vừa độ sôi.
Tranh thủ trong lúc... chờ thịt rục,
Ba rọi xào mềm... với sả tươi.

Cà tím chiên... nướng... hay còn sống,
Cho vào nồi súp... lọc xương ra.
Nghêu sò ốc hến... heo quay nóng,
Đặc biệt có thêm... bụng cá tra.

Gỏi ghém... đầy đủ... rau... giá hẹ,
Bắp chuối... rau muống... bào mỏng nhe!
Cải xanh... đắng biển... củ ngải bún,
Đặc biệt nước chấm... là mắm me.

Mùi này nói thật .. rất đặc trưng,
Khi ăn... phải nói là không ngừng,
Bụng no mà miệng... sao cứ tiếp,
Khi ngưng quần... đã căng dây thun!

Ta đây tạm trú ở chung cư,
Tiệt nhiên định phận tại thiên thư,
Cớ sao chỉ nấu có nồi mắm,
Gã Mỹ sát nhà dọa sẽ move...?

Mừng Con Tròn Tuổi 22

20.11.2024

Hôm nay sinh nhật thằng con trai,
Nói về thăm nhà chỉ nửa ngày,
Alo con nói đang thèm phở,
Nên lăn vào bếp thật hăng say.

Xương đùi thui lửa hừng hực cháy,
Mỡ cháy vừa tươm thành khói bay,
Mùi thơm ngào ngạt lan quanh xóm,
Chưa ăn bụng đã thèm rồi thay!

Rửa sạch cho vào nồi nước sôi,
Vớt hết bọt bẩn mới vừa ngoi,
Hầm đủ độ mềm sau vài tiếng,
Nước béo trong veo thật tuyệt vời.

Món này nguyên liệu luôn phải có:
Vỏ quế tiêu sọ với hoa hồi,
Húng quế hành lá và giá sống,
Đặc biệt là thịt bò phải tươi.

Bà Nội, Cô Hai đã đến nơi,
Đến trước hơn cả khách được mời,
Bởi vì thương nhớ đến thằng cháu,
Cùng nhau chụp ảnh thật là vui.

Nói thật, có chút khoe khoang nha:
Mười sáu năm rồi chuyện đã qua,
Cấp 1-2-3 điểm đều giỏi,
Bốn năm đại học đạt thủ khoa.

Gia đình hội tựu thật đủ đông,
Con thơ giờ đã tuổi trưởng thành,
Chúc con sự nghiệp nhanh vang vọng,
Ra đời thành đạt rạng tổ tông.

    Đây là sinh nhật con trai đầu nên cần nói thêm cho rõ nỗi lòng người cha:
        Chỉ mong thằng nhỏ đừng có giống...
        Cha mày hồi nhỏ, rất là ngông!

My Son's Birthday

phỏng dịch **Mừng Con Tròn Tuổi 22** trang 115 do **N.K.** và **Google**
rough translation of **Mừng Con Tròn Tuổi 22** page 115 by **N.K.** and **Google**

Today is my son's birthday,
He said he'd be back for a half-day visit.
On the phone - "I'm craving craving Phở, Dad!", said he,
So, with new-found enthusiasm I rolled into the kitchen.

Thigh bones grilled over a burning fire:
Luscious fat burned just right, sumptuous smoke rising up,
Fetching aroma spreading around the neighborhood,
Not having touched even a piece, I'm already hankering for it.

I washed the bones, put them in a boiling pot,
Skimmed off the dirty foam that had just surfaced,
Keeping them bones stewed for a few hours until just tender.
The opulent broth now looks so clear, so wonderful.

The must-have ingredients for this dish are:
Cinnamon bark, black pepper, star anise,
Basil, green onions, and crispy bean sprouts,
Especially, the beef must be abattoir fresh.

Earlier than the invited guests,
Grandma and Auntie Hai have both arrived,
'Cause they've missed the boy!
Taking family pictures together is really fun.

To be sincere, I'm bragging a bit here:
16 years have passed,
All school grades were excellent,
And those four years of university have produced a valedictorian!

The family is finally together.
The children are now adults.
Son, I wish you a quick ascent in your profession and fame.
Bring glory to your ancestors!

Canh Khổ Qua Hầm

2025

Thu hoạch đến rồi cuối mỗi năm,
Vẫn mê nhất món khổ qua hầm.
Hái xong rửa sạch vô ngăn đá,
Để lúc mùa đông làm món ăn.
Sườn non nấu súp đến mềm mại,
Tiêu sọ, ngò rí, hành lá xanh.
Mướp đắng cho vào vừa độ chín,
Tuyệt vời thưởng thức một nồi canh!

Sinh Nhật Con Thứ Hai, Tuổi 21

2025

Hôm nay sinh nhật thằng thứ hai,
Con sanh tại Mỹ nên đã lai,
Thực phẩm người Việt thường ít thích,
Chỉ thèm những món như thế này:
   Đầu tiên món Ý tên pasta,
   Bò xay, mì ống, cùng với cà,
   Rắc thêm hương liệu người bản xứ,
   Thêm cheese vào nữa, tuyệt vời nha!
Thứ hai là món xúc xích Tây,
Ớt xanh vàng đỏ và củ khoai,
Hầm mềm khoảng độ hơn một tiếng,
Khi ăn thường kẹp với bánh mì.
   Thứ ba là món thịt bò tươi,
   Làm steak số dzách là đúng rồi,
   Áp chảo vài phút cùng tiêu muối,
   Phải nói là ngon thật không nguôi.
Con thơ cũng đã trổ một tài,
Sao giống cha của nó vậy trời!
Nấu ăn món ngon của nước Mỹ,
Mac&Cheese ngon quá thay.
   Nửa Việt hòa với nửa món Tây,
   Cô Hai cũng làm thêm heo quay,
   Da giòn mới béo nhai giòn rụm,
   Vừa nhìn đã thèm muốn ăn ngay.
Chúc con sinh nhật hai mốt tuổi,
Gia đình đầy đủ thật đông vui,
Bình an sức khỏe luôn học giỏi,
Thành tựu tương lai sáng rạng ngời.

Trái Su Xào Thịt Bò

2025

Đã đợi chờ hơn bốn tháng qua,
Trồng từ lúc nhỏ đến ra hoa,
Vụ mùa đã đến hái nhiều trái,
Suy nghĩ làm cơm cúng ông bà...

Chảo nóng phi vàng vài tép tỏi,
Bò thăng cắt mỏng lửa mạnh gas,
Áp chảo vừa tái cùng gia vị,
Nêm nếm sao cho thật đậm đà.

Su tươi cắt tỉa sao vừa ý,
Xào đủ độ giòn nhớ lấy ra,
Trộn hai món lại nấu vài phút,
Vừa mềm là nhắc xuống ngay nha.

Hương thơm lan tỏa bay đầy bếp,
Vị tươi rau củ trồng tại nhà,
Bao nhiêu mỹ vị trên hoàn vũ,
Sao sánh được bằng món của ta!

Vịt Nấu Chao

2025

Tự nhiên thèm món nấu chao,
Bèn ngay tức khắc làm mau tức thời.

Muối gừng xát vịt khử hôi,
Xong thái miếng mỏng với tỏi tiêu hành.
Hũ chao, tay lắc thật nhanh,
Trộn vào ướp khoảng một canh thời giờ.

Tranh thủ trong lúc đợi chờ,
Bún, mì cùng lúc ta thời luộc luôn.
Cải xanh, rau muống đọt non,
Linh hồn tinh túy! Món còn thiếu chi.

Chảo nóng, bỏ vịt vào phi,
Xào quần đảo lại đến khi chín vừa.
Sau đó thêm nước cốt dừa,
Khoai môn, hành củ thì vừa đủ ngon.

Trong lúc canh bếp lửa hồng,
Gom dòng thi vị để mong trình bày.
Muỗng đũa đã sắp sẵn rồi,
Xin mời quí vị cùng ngồi vào xơi!

Cùng nhau mình gắp miếng mồi,
Chấm vào chén sốt gừng tươi đậm đà.
Hớp thêm ly rượu nữa nha,
Ui chao cảm giác sao mà nó ngon!

   Ghi thêm cho nhớ:
Tự mình nấu, tự khen ngon,
Mất công khỏi phải cám ơn mọi người...

Cơm Chiên Xá Xíu

18.05.2025

Tô cơm nguội ở trong tủ lạnh,
Đã mấy ngày chẳng chạnh lòng ăn,
Bỏ đi thì nỡ không đành,
Thôi thì tiết tấu biến thành món nhai...

Bước đầu tiên bằm hành với tỏi,
Thịt xá xíu thái đẹp hẳn hoi,
Lại thêm vài trứng gà tươi,
Tay bật lửa mạnh đợi nồi nóng mau.

Dầu bơ ngon cho liền vào chảo,
Cùng gia vị tay đảo thật thơm,
Trứng gà đã trộn với cơm,
Cho vào xào đến vàng lườm, bắc ra.

Tô xá xíu hồi nãy cắt nhỏ,
Ngọt đậm đà màu đỏ dễ thương,
Lúc này mới để vào chung,
Rắc tiêu, tắt bếp, cuối cùng đã xong.

Giờ thì thưởng thức món ăn,
Với bài song thất gieo vần cho vui...
Cơm xá xíu. Trứng muối bùi.
Đọc thơ... như hạch, mắc cười khi nhai!

Hoành Thánh

24.07.2025

Hôm nay chú Tám ghé nhà chơi,
Không biết làm chi để mà mời,
Cuối cùng nghĩ đến món hoành thánh,
Nên bèn làm mau đãi khách thôi.

Thịt, xương heo luộc chín tới nơi,
Rửa sạch cho vào lúc nước sôi,
Cần Tây, hành, gừng, củ cải muối,
Cải trắng, mực khô, hầm một nồi.

Ba rọi xay nhuyễn cùng tôm nhảy,
Cà rốt, hành cọng, ngò rí xanh,
Tiêu sọ, bột nêm, sao vừa ý,
Da hoành thánh sẵn - gói thật nhanh.

Thả vào nước sôi, có dầu ăn,
Vừa nổi lên xong phải gắp nhanh.
Nhớ xốc đều tay cho khỏi dính,
Để trong tủ lạnh được thời gian...

Trong lúc trò chuyện, nhớ dì Bảy,
Đứa cháu ngoại nhà thích món chiên,
Nên tiện tay nắn vài chục miếng,
Mong sao bà cháu ăn là ghiền!

Nấu xong nhìn thấy... sao nhiều quá!
Vừa biếu vừa cho cả xóm làng,
Mặc dù nấu ăn thì như hạch...
Nhưng vì miễn phí, dở thành ngon!

Tri Âm

Sáng tác của các bạn thơ, ghi lại để nhớ một thời bên nhau

Tiếc Nuối

22.10.2014

Thu đến cho lòng thêm ước mơ,
Gợi mùa yêu dấu, những vu vơ,
Cùng nhau dạo bước trên đồi vắng,
Ngắm áng mây chiều vương ý thơ.

Lá trải lối mềm như thảm hoa,
Cây dang tay đón bước giao hòa,
Thiếu bàn tay ấm chưa đan chặt.
Nên gió bề nào cũng xót xa!

Sao chẳng về thăm lấy một lần,
Câu thơ xẻ nửa, khuyết vầng trăng,
Nắng thu vội vã, phai màu tóc,
Tiếc áng mây chiều, nuối cái xuân.

DN

Bao Giờ Anh Trở Lại...

05.03.2014

Mây biếc có còn... theo nắng vương,
Bên nàng thiếu nữ giữa ngàn hương?
Đồi cao suối chảy non màu xám,
Đất rộng một vùng hoa điểm sương...
Không hẹn câu thề, vui tấc dạ.
Nghĩa tình trọn vẹn, đẹp uyên ương.
Bao năm, lãng tử cuồng chân bước,
Hỏi đến ngày nào... đáo cố hương?

DN

Tương Ngộ

01.10.2013

Lắt lay nỗi nhớ ... sáo sang sông,
Chạm vết thương xưa nhói tấc lòng.
Cảm tạ ơn đời, trang Facebook,
Gởi người thầm nhớ, vạn lời mong.

Tình đầu muôn thuở lạc thần xiêu,
Son sắt mộng mơ tựa ánh chiều,
Tâm nói bao lời, vang dấu lặng,
Tan trường vương gót nỗi niềm yêu.

Khẽ khàng nương gió nhẹ hôn ai,
Má ửng hồng theo lọn tóc bay,
Nghiêng ngả hồn anh tràn quyến luyến,
Đêm ngày tơ tưởng, dạ chừng say.

Hai mươi năm, xứ người ngược xuôi,
Chốn cũ bên chồng em có vui?
Tương ngộ hôm nay giờ bạc tóc,
Gọi nhau tri kỷ bạn mình ơi...

Nghe

Chiều Tương Tư

01.10.2013

Chiều len nhẹ, hồn về ngang phố xá,
Gót chân qua đâu chỉ một lần phai,
Sao nghe xót, vết tì trên sỏi đá,
Lối nhỏ nào hằn in dấu thu bay.

Em ngồi đó gom ngôn từ thương nhớ,
Gởi cuộc tình theo chiếc lá vàng bay,
Khơi ký ức thắt đau từng hơi thở,
Nỗi buồn này biết gởi thấu cho ai...

Cơn lốc nhỏ đến giữa mùa thu muộn,
Xoáy hồn anh những tiếng pháo thật đầy,
Em nơi đó vô tình nào có biết,
Hạnh phúc nào đã vuột mất tầm tay.

Cơn lốc nhỏ cuốn mình trong thu muộn,
Xé không gian những tiếng pháo thật đầy,
Ta lữ khách nhìn nắng chiều gầy guộc,
Biết tìm đâu hơi ấm một bàn tay.

Áng Mây Tím

Chiều Hoang

31.10.2013

Mây ngàn giăng mắc cảnh chiều hoang,
Ngồi đếm ngô bay rụng cuối đàng.
Chốn ấy trông vời tin nhạn tới,
Nơi này chờ đợi cánh thư sang.
Niềm riêng khó ngỏ câu tâm sự,
Nỗi khổ đâu quên nghĩa đá vàng.
Một mảnh tình chung ai có biết,
Nhớ thương nặng gánh để em mang.

Tôn Thất Tài

Con đường mòn cũ bóng chiều hoang,
Chiếc lá Thu phai rụng cuối đàng.
Mấy độ u sầu... tình chẳng đến,
Bao lần nhung nhớ mộng không sang.
Lệ rơi chất chứa câu tâm sự,
Gió thổi cho tan chuyện đá vàng.
Rong ruổi ngàn mây màu nắng nhạt,
Khói tình một gánh mãi còn mang.

(tác giả tự họa vần)

Hoa Tuyết

12.11.2013

*Hoa tuyết đọng cành thưa,
Nằm im bên song cửa,
Hỏi người đã về chưa,
Hay tình vẫn nắng, mưa?*

*Bao năm nhớ người xưa,
Hình bóng mãi đong đưa,
Lại một mùa đông nữa,
Ta ôm nỗi đau thừa.*

*Đầu Đông hoa tuyết đổ,
Không gian lặng Thu khô,
Tình về chưa mấy độ,
Bao ngày tháng hư vô.*

*Hôm nay trời bão tố,
Thu nhường chỗ cho Đông,
Lá vàng trôi theo dòng,
Ta đợi bóng người xa.*

*Những hoa tuyết đầu mùa ....
Nằm im không gian lặng...
Hỏi tình đã về chưa,
Hay vẫn buồn mưa, nắng?*

*Hôm nay trời tuyết đổ,
Cuối thu muộn đông về,
Nàng thu say giấc ngủ,
Tim buồn lạnh tái tê.*

Phú Phạm

Cháo Huyết Lòng Gà

05.03.2014

Ước tô cháo huyết nhiều tiêu,
Hành ngò thơm phức gan mề lẫn tim.
Đôi giò chéo quẩy chửa chìm,
Còn rùm rụm khói vàng ghim lấy giòn.

xox

Sắc Xuân

09.05.2014

Nàng áo lụa, xiêm hồng phơn phớt nắng,
Cánh mỏng vương, chim ríu rít hoan ca,
Tử Đinh Hương khoe nhụy thật mặn mà,
Nụ hàm tiếu, ôi! Nét cười như mộng.
Có thắm chưa, đời màu xanh hy vọng?
Khi phủ chiều là một áng Xuân qua,
Hoa, lá, cỏ quyện dưới ánh chiều tà,
Như hạnh phúc đang về trong hơi gió.
Hôn tóc may, đùa vui trên má đỏ,
Thẹn lòng son, khúc khích điểm tô đời,
Mây có về trên sóng nước trùng khơi,
Xin nhuộm mãi góc trời xanh sắc thắm.

Áng Mây Tím

Nhớ

07.11.2013

Trăng nhớ thương đêm nửa mảnh sầu,
Mây buồn nhớ gió đổ cơn ngâu,
Còn ai, tôi nhớ? Ai, tôi nhớ?
Men đắng từng đêm cứ gục đầu.

Tôn Thất Tài

Ký Ức

15.01.2014

Mây quàng nỗi nhớ ngự trên vai,
Năm tháng về khua một dáng đài,
Ký ức dường như cuồng dậy sóng,
Hỡi người! Muôn thuở có nhòa phai?

Áng Mây Tím

Trên đây là bài đã viết để họa đoạn thơ sau trong bài **Bóng Mây Kỷ Niệm** *(xem trang 2)* của **SKCB**

Anh đan ngôn ngữ tràn thương nhớ
Gởi tặng em yêu những ngọt ngào
Dù biết tình mình là ảo ảnh
Đêm về em mãi ngự chiêm bao.

Hoa có yêu người, hoa mới nở...
Yêu hoa, người biết nói gì đây?
N.K.

Sương Khói Chiều Buông

cầu Trà Bay

Ba mươi năm trở về nơi cũ,
Bên bao lời ước ươm mặn nồng,
Bao nhiêu ký ức đang chìm ngủ,
Như phim xuyên không quay ngược dòng.

Đây dáng sông Hậu mình nhớ thương,
Bên áng mây trắng đẹp lạ thường,
Kia cầu Thốt Nốt đang thẳng đứng,
Tinh mơ mỗi ngày hứng giọt sương.

Hôm nay đứng giữa khung trời nhớ,
Cầu xưa giờ đã chia thành hai,
Người dưng quen thuộc không còn nữa,
Sao mình vẫn nhớ mãi nơi này.

Thôi đành lặng lẽ chân quay gót,
Bên chút buồn vương khóe mắt cay,
Chôn chặt mối tình đã lạc bước,
Ai biểu mình yêu một bóng mây.

SKCB

www.ingramcontent.com/pod-product-compliance
Lightning Source LLC
Chambersburg PA
CBHW071435160426
43195CB00013B/1917